# Örlög
## Tengiliður hjartans

Destiny

**A Contract of Hearts**

- **Daniel Martinez**

# Áletrun

Titill bókarinnar: Örlög - Samningur hjartans
Höfundur: Daniel Martinez

Höfundur: Daniel Martinez
Tengiliður:ireact898337@gmail.com

# Örlög

## Tengiliður hjartans

Skrifað af
Daníel Martinez

Indlandi
2024

# INNIHALD

# FORMÁLI

Augu mín hvíldu á sofandi dóttur minni, sem lá þægilega í handleggnum á mér.

"Frú Halt, hér eru nokkrar fréttir varðandi dóttur þína: Læknar okkar á þessu sjúkrahúsi tóku nokkrar rannsóknir á dóttur þinni en hafa enn ekki komist að því hvað er auma líkama hennar", svaraði læknirinn.

"Er einhver leið til að komast að því hvað er að?" Ég grátbað.

Hann hristi höfuðið og svaraði, að það væri enginn möguleiki á að bjarga henni; það voru bara dagar eftir.

Hjarta mitt brotnaði í sundur þegar tárin héldu áfram að streyma innra með mér; hver tilraun til að halda aftur af sér vakti meiri og meiri sorg - þetta barn var ekki lengur mitt barn, hugsaði ég í örvæntingu.

Ég varð agndofa þegar læknirinn fór hljóðlega. Að sleppa frumburðinum mínum, og aðeins dögum áður? Að eiga bara eina dóttur mína eftir?! Þegar tárin runnu niður kinnar mínar hélt ég varlega í einkadóttur mína eins lengi og hægt var á meðan ég kyssti ennið á henni og hélt henni í fanginu á mér þegar tárin streymdu niður kinnar mínar.

Þegar ég stóð inni á sjúkraherbergi opnuðust dyrnar hljóðlega. Innan nokkurra sekúndna áttaði ég mig á að það var Edward Cohen - þekktur barnalæknir - sem stóð fyrir framan mig með hljóðlátum skrefum og nálgaðist nær og nær þar til við hittumst að lokum augliti til auglitis.

"Vinsamlegast hjálpaðu mér!" hvíslaði ég um leið og ég greip í handlegg Dr. Cohen.

„Hún hlýtur að vera sú eina," hugsaði læknir Cohen með sjálfum sér.

Hann bað um hjálp: hann bauð alla peningana sína og húsið líka. Allt var mögulegt bara svo dóttir hans væri örugg fyrir hættu - þó hann þekkti sjálfan sig myndi hann líklega á endanum eiga þig! - vinsamlegast komdu að hjálpa dóttur minni!".

"Leyfðu mér bara að segja þér þetta," svaraði Dr. Cohen rólega, þegar augu mín stækkuðu af undrun: "Ég mun taka hana með mér og við munum ræða leiðir til að takast á við þetta ástand þar sem ég tel mig vita vandann." Ég heyrði ekki lokayfirlýsingu hans: "Vinsamlegast mundu að skila fjölskylduskránni þinni í afgreiðslunni undir mínu nafni."

Tárin byrjuðu aftur að renna frjálslega. Ég spurði: "Hvað get ég gert fyrir þig í staðinn?" Hann íhugaði tilboð mitt áður en hann hvíslaði einhverju til baka. Á því augnabliki var allt sem skipti máli að bjarga dóttur minni - einkadóttur minni - frá skaða. Strax samþykkti ég.

Það var aðeins ein leið fyrir mig að bjarga henni og líf hennar skipti mig öllu.

Svo ég gaf dóttur mína til Dr. T, sem hélt henni varlega áður en ég fór út úr herberginu áður en ég gat sagt meira.

„Elskan, allt verður í lagi,“ huggaði maðurinn minn þegar tárin streymdu niður kinnar mínar. Þegar klukkustundir liðu og Cohen læknir kom loks aftur inn í herbergið okkar með Vanessa sér við hlið, lokaði hann hurðinni hljóðlega á eftir þeim.

„Allt í lagi, ég hef niðurstöðurnar og veit nákvæmlega hvert vandamálið er; hins vegar get ég ekki deilt þeim með þér,“ útskýrði Cohen læknir hljóðlega þegar hann leit um öxl.

Það sem ég get sagt þér er að þú fæddir óvenjulegt barn... Hún er frábrugðin öllum öðrum fæddum hingað til -"

Maðurinn minn spurði: „Hvað meinarðu „ekki stöðugt ennþá?“ Hún hafði kraft sem enginn annar maður bjó yfir; frá og með þessum degi er hún öðruvísi og mun þurfa tíma til að læra hvernig á að stjórna valdi sínu. Sem stendur hefur vald hennar þó tekið völdin og er núna að halda henni frá stöðugleika; til að koma í veg fyrir að atvik í framtíðinni ættu sér stað aftur, mælti Cohen læknir að hún tæki ákveðin lyf... Treystu mér; þeir munu hjálpa."

"Hvað meinarðu með vald?" Ég svara af vantrú. Hann svarar því til að þetta þurfi ekki að vera skynsamlegt í fyrstu, en mundu samninginn.“ Á því augnabliki leit ég ráðalaus til baka. Á ég að treysta þessum lækni sem besta barnalækninum?

"Ég þarf að fara núna; næsti sjúklingur minn bíður. Því miður get ég ekki deilt of mörgum smáatriðum; Cohen læknir stóð bara upp og skildi lyfin sín eftir við hliðina á borðinu fyrir mig. Svo þegar Vanessa kom hlaupandi í fangið á mér fann ég verndandi yfir henni."

„Vanessa, vinsamlega komdu heim strax þar sem ég hef eitthvað mikilvægt að segja þér," segir mamma í símanum. Ég hafði áhyggjur, svo ég spurði: "Mamma, er allt í lagi með þig og er allt í lagi? Hún svaraði að allt væri í lagi - "Komdu bara heim núna, allt í lagi?" umplut ég mun koma heim, en af hverju ertu að hvísla?" Ég svaraði sem svari. "Hafðu engar áhyggjur af því; komdu bara heim, allt í lagi?" Mamma truflaði: "Vanessa Halt!" Þegar hún var búin að tala, öskraði hún til baka, "Ó nei - Vanessa Halt! Bless mamma sjáumst seinna". Vanessa svaraði: „Í raun og veru mun ég bíða á skrifstofunni..." Það virtist virka fyrir báða hlutaðeigandi aðila - þar til Vanessa bætti við að hún myndi bíða á skrifstofunni sinni þar til ég kæmi:

"Allt í lagi, bless, elskan." sagði mamma um leið og hún lagði á. Ég gaf símann til baka til fröken Song, sem talaði síðan með suðurlandshreimnum sínum: "Ó, graskersböku, mamma þín kemur bráðum!! Fáðu dótið þitt fljótt að pakka niður!!". Þegar fröken Song hafði lokið máli sínu bætti hún þessum orðum við í huga mér: „Allt í lagi," sagði ég, ég kem strax aftur."

"Allt í lagi, elskan! Við skulum fara!" hrópaði hún og sneri sér við til að gera sitt. Ég hljóp niður ganginn á tónsmíðanámskeið og pakkaði saman hlutunum mínum áður en ég sneri aftur á skrifstofuna og fann mömmu að fylla út eyðublað. Þegar ég sá mömmu fylla það út sagði ég, léttur að vita að allt væri í lagi með hana. "Halló mamma!" Ég hrópaði í létti að allt gengi eins og það ætti að gera.

Hún leit snöggt upp eftir að hafa fyllt út blöð og ýtti þeim aftur í litla brúna töskuna sem hún bar um allt. „Hæ elskan," brosti hún um leið og hún ýtti hluta af hárinu sínu til hliðar og brosti breitt til mín. Ég leit niður í töskuna hennar áður en ég spurði: "Um hvað snýst þetta blað?"

"Ó, það er ekkert," svaraði hún og leiddi axlir mínar aftur í átt að bakdyrunum sem lá út á bílastæðið.

„Allt í lagi," svaraði ég stífur, en ég fann að eitthvað var að útskýringum mömmu. Um leið og við vorum úti urðu augu mín strax viðkvæm fyrir birtu sólarinnar; Ég þurfti nokkrar mínútur fyrir augun mín til að aðlagast áður en ég horfði aftur á hana.

Um leið og við vorum komin inn setti mamma bílinn í gang. Frá skóla til heimilis var þetta einstaklega óþægilegt og spennuþrungið - ekkert gat gert okkur óþægilegra eða óþægilegra en að sitja þegjandi við hlið hvort annars í þögn.

Mamma beygði út fyrir horn og ég sá húsið okkar. Við fyrstu sýn virtist þetta eðlilegt - bara annað hús sem þú gætir farið framhjá á hverjum degi - en í dag var öðruvísi: Það voru tveir langir eðalvagnar fyrir utan heimilið okkar!

"Ég vissi frá upphafi að þú varst að fela eitthvað fyrir mér - segðu mér nú hvað ÞETTA er!" Ég benti á einstaklega ríkt fólk fyrir utan húsið okkar og sagði. Mamma brosti blítt.

Mamma stóð upp og opnaði bílhurðina varlega. Hún hikaði í smá stund áður en hún svaraði að við myndum ræða þetta mál síðar heima, áður en hún lokaði og opnaði aftur þegar hún fór að ganga í átt að því. Ég fylgdi fljótt á eftir.

"Hæ frú Halt, hvernig hefurðu það með þér og Vanessa?" spurði unglingspabbinn. Ég lyfti augabrún á hann hvernig hann vissi nafn mitt; Mamma hlýtur að útskýra þessa fáránleika! Þess vegna krosslagði ég hendurnar.

Mamma brosti hlýlega til hans áður en hún tók í hönd hans. Áður kom eitthvað í augu hennar sem sagði mér að eitthvað slæmt myndi gerast fljótlega. Og svo leit ég yfir á unglingsmömmu til að fá leiðsögn.

Ó vá - hún lítur út eins og eitthvað af forsíðu Bloomingdale tímaritsins, þunn og falleg. Hver er þessi kona? Er ég að stara í augun á raunverulegri ofurfyrirsætu? Ég hélt.

„Mér gengur líka mjög vel," sagði Cohen áður en hann sneri sér að syni sínum - jafn töfrandi karlkyns fyrirsætu! Ég hélt. Cand "Vá! Eru þeir ekki fallegir!? Þeir líta líka út eins og módel beint af flóttanum!" hrópaði ég!

„Hann hlýtur að vera týpan hans," hugsaði ég með mér og starði á hann í fimm sekúndur í viðbót. Ég sá það bara með því að horfa á hann að stelpur myndu strax falla fyrir honum. Ég rak upp augun.

Þegar ég skellti mér í sólina varð höfuðið létt og svimaði.

Þegar ég nálgaðist tók ég eftir því að mamma hans hvíslaði einhverju í eyrað á honum og fann aðeins orð: ást. „Fyrirgefðu að þú skulir bíða, en við skulum fara inn," tilkynnti mamma, tók fram lykla til að opna hurðina og gekk með okkur inn. Innan nokkurra augnablika lýstust augu hans á mig þegar við komum inn á heimili hans.

"Vinsamlegast sitjið hér," spurði mamma drenginn þegjandi og þeir settust báðir þegjandi niður. Augun hans héldu áfram að reika yfir líkama mínum eins og hann vildi vita hvort ég passaði við það sem honum líkaði eða ekki, en ég þorði ekki að horfa á hann því ég vissi að mér þótti ekki vænt um hann hvort sem er. Innan nokkurra sekúndna kom faðir minn heim.

Faðir minn tilkynnti: "Halló frú og herra Cohen!" Ég skynjaði eitthvað undarlegt á milli þeirra um leið og ég hitti þá; það virtist vera einhver tenging. Skrýtið! Pabbi settist niður eftir að hafa hitt þau áður en hann leit aftur á mömmu og kinkaði kurteislega kolli. Allt í allt var þetta óþægilegt, en ég bara þoli ekki meira óþægilegt -

"Jæja, hvað er í gangi?" Ég hvatti og rauf þögnina.

Foreldri mitt virtist ruglað á meðan ég skammaðist mín fyrir framan gesti okkar - sama hverjir þeir kunna að vera. Að lokum sneri hún sér við og horfði á mig og spurði: "Elskan, hvernig ætti ég að segja þetta?" Hún þrýsti báðum höndum saman sem svar.

„Í hvert skipti sem hún spurði „hvernig ætti ég að segja þetta við þig, elskan?" þýddi það að slæmar fréttir væru að berast. Maginn á mér féll við hverja setningu sem hún sagði um leið og ég krossaði fingur fyrir aftan bak í von um að þetta væri ekki eitthvað virkilega hrikalegt." Vinsamlegast!

"Vinsamlegast, ekki gera það of slæmt!" Ég hvíslaði hljóðlega þegar kyrrðarbæninni minni lauk. Þegar mamma spurði hvernig ég ætti að segja það aftur, reyndi ég af fremsta megni að vera ekki óþolinmóður eða eirðarlaus og bíða einfaldlega þolinmóður þar til röðin kæmi að mér að tala. Þegar ég horfði á föður minn nudda mjúka blettinn á milli vísifingurs og þumalfingurs eins og hann gerir oft þegar hann er kvíðin, fannst mér eitthvað bara rétt.

"Ummmm... þannig að Jason Cohen lagði til?" spurði mamma. Og af nafni hans einu vissi ég hver það var; það var ofur kynþokkafulli gaurinn sem sat á móti mér í stofunni minni en ég gat ekki einbeitt mér að honum vegna alls ruglsins í kringum okkur bæði.

"Jú, þú hlýtur að vera að grínast!" Ég svaraði móður minni þegar ég starði í augu hennar til að tryggja að hún væri ekki bara að gera grín að mér fyrir eitthvað sem hún ætti að vita betur um en að grínast með þetta efni. Þó mamma hafi yfirleitt skemmtilegan húmor þá hefði þetta aldrei átt að vera eitthvað sem hún var að gera grín að!

Mamma mín talaði ekki; í staðinn fór faðir minn að tala fyrir þá báða: "Já, mamma þín sagði það sem við heyrðum." Af hverju eru þeir að gera þetta svona skyndilega og af handahófi? Hvaða máli skiptir þetta?" Ég spurði áður um að bæta við fleiri spurningum en hélt í staðinn.

"Manstu þegar þú varst 8 ára og spurðir okkur hvers vegna þú verður að halda áfram að taka þessi lyf án þess að sleppa einu sinni einum skammti?" spurði pabbi lágt. Ég svaraði óþolinmóð að þessu sinni: Ég gat ekki hamið mig lengur - sjúklingar þurftu svör strax!

"Jæja," svaraði mamma, "þú manst þegar þú fæddist..." sagði ég.

"Jæja, Cohen læknir kom inn í herbergið mitt. Þegar þú varst mjög veikburða og nálægt dauðanum ákvað þessi sérstakur læknir að hjálpa okkur. Hann sagði okkur bara ef þú myndir bara giftast syni hans- ". Taktu úr sambandi. "Ég trúi þessu ekki!" Ég svaraði í losti.

"Vinsamlegast samþykkja afsökunarbeiðni mína, en þetta er sannleikurinn." sagði mamma fljótt. Reiði mín jókst þegar ég stóð upp; hver mínúta leið eins og klukkustundir. Á hverri stundu sprakk ég af reiði - móðir mín virtist ætla að halda öllu huldu þar til nauðsynlegt væri að taka ákvörðun um lyf eða einhver ákvörðun um eitthvað almennt. Þangað til það augnablik kom þar sem allt helvíti brast laus. "Af hverju þagðirðu svona lengi?! Af hverju útskýrirðu ekki hvers vegna þegar ég spurði um lyfið þegar ég var átta ára?!" Ég krafðist þess, stóð á fætur með allri sinni hryllingi og heift yfir því að hafa verið afvegaleiddur til að halda að ég væri reiður, fann um leið og skap mitt myndi blossa upp á ný og gera mig nógu reiðan til að springa beint út hvenær sem er!" sagði ég. Hneykslan fyllti mig blóð og fann þegar ég reis upp í gegnum mig sem aldrei fyrr þegar hún byrjaði að sjóða innra með mér sem aldrei fyrr - rétt áður en mér fannst ég öskra út - þar til nú hafði reiðin náð suðumarki og fannst hún nú líka tilbúin að gjósa! Þegar hún var tekin úr sambandi sagði mamma fljótt áður en hún stóð upp um leið og hún sagði þessar fréttir af þessum samningi sem var verið að segja mér núna frekar en áður þar sem reiði mín byggðist upp svo fljótt innra með mér.

"Ég biðst afsökunar, elskan. Ég hefði átt að útskýra, en ég hélt að þú værir of ung til að skilja - " Mamma svaraði á meðan hún stóð upp til að róa mig og lagði höndina á öxlina á mér.

"ÞÚ HELDUR AÐ ÉG SÉ OF UNGUR FYRIR ALLT! ÞÚ HALDIR ÖLLU FRA MÉR OG LOGGIR AÐ MÉR ÞEGAR ÉG BADÐI ÞIG UM AÐ SEGJA MÉR ALLT; EN DEILDIR EKKI SANNLEIKNUM UM LÍFI MÍN; ÞAÐ MINNAR MIG ALLT Á HYGJU!" Ég sló út af reiði.

"Elskan, mér þykir það svo leitt. Þetta var allt mér að kenna; hins vegar, ég - "Mamma baðst afsökunar og reyndi að ná til, en ég var of reið og óþolinmóð fyrir hvers kyns samræður; það varð bara of mikið.

"ÉG VIL EKKI HEYRA FRÁ ÞAÐ! ÉG ÁTTI NÓG!" Ég öskraði í gremju og byrjaði að hlaupa í átt að útgöngudyrunum.

Hugur minn fór að öskra til mín að það væri nóg; Ég þurfti að flýja þetta hús strax! Með þá hugsun í huga opnaði ég hurðina og hljóp út. Þegar ég var úti, fann ég augun brenna af steikjandi geislum sólarinnar en líka af því að hlaupa svona hratt - vissi ekki hvar ég myndi enda en vissi bara að ég þyrfti að yfirgefa þennan stað á bak við mig. Hún laug að mér allan tímann! Hún hélt öllu leyndu, gerði hvað sem er slæmt fyrir mig - sama hvernig ég hugsa! Henni er aldrei sama! Tár streymdu niður kinnar mínar sem hugsanir og minningar um það sem einu sinni flæddi til baka - garðurinn.

"Hvert ertu að fara?" Jason andaðist eftir að hafa heyrt fótatak fyrir aftan mig. Um leið og hann nálgaðist fóru tárin aftur að renna frjálslega og ég þurrkaði þau fljótt í burtu áður en ég gekk í átt að rólu og settist niður. Ég sneri mér við með eftirsjá í von um að ég hefði ekki þegar snúið við og séð Jason í staðinn - heimskan Jason. Ósjálfrátt langaði mig að öskra á hann en ákvað fljótt að gera það þegar hann hljóp að mér í staðinn og byrjaði að hlaupa á móti mér með mér! Innan augnabliks hittumst við aftur í annarri rólu þar sem hann spurði hvert ég væri að stefna; í staðinn færði ég mig að því, settist síðan við yfirgefina rólu og ákvað að tala ekki meira.

Hvert ertu að fara, asni?" svaraði ég. Honum til áfalls og undrunar svaraði hann: "Af því að ég... við giftum okkur bráðum". Þegar þessi opinberun rann upp fyrir honum, brosti hann blíðlega áður en hann burstaði vísifingur sinn varlega. undir hökunni á mér og gaf mér tækifæri til að slá fingri hans í burtu með hinni hendinni, ég sló fingrunum í burtu.

„Vinsamlegast, rassgat," hrópaði ég reiðilega þegar bros hans breikkaði enn frekar. Reiði mín jókst bara. Það á eftir að gera mig geðveika!

Svo mikið að hann hatar mig!

Og það var það; "Færðu þig, því ég ætla að sveifla!" ég varaði við.

"Ég hlusta ekki á hrós," svaraði hann og reyndi að vera vitur. Ég svaraði með því að sveifla og sparka í hann ítrekað þar til hann gafst upp á endanum og gekk til liðs við mig á rólunum við hliðina á mér til að fá frið. Í augnablik var það þögn og svo kom friður aftur í mér.

Loksins er ég í burtu frá þessu vandamáli, hugsaði ég og dró djúpt andann.

Þegar ég leiddist að sitja, stóð ég upp og hélt heim á leið - þegar ljóst var að hann fylgdi eftir tók ég eftir því að hann fylgdi á eftir.

Þegar hann var kominn á áfangastað kom hann nálægt mér, svo ég spurði: "Má ég hjálpa?" sem hann svaraði: "Nei."

"Af hverju hættirðu ekki að elta mig, stalker?" Ég lagði til við hann.

"Ég verð bara að ganga úr skugga um að það sé allt í lagi með þig," svaraði hann og gaf til kynna að ég þyrfti að tryggja hans eigin velferð eins og hann sagði, "að minnsta kosti ekki fylgja beint á bak við skottið á mér og ég vil labba einn heim!" Ég svaraði reiðilega með því að hrópa: "Þarftu skilgreininguna eða stafsetninguna á einn fyrir þig? Gangið að minnsta kosti eftir götunni svo við gætum enn fylgst með hvort öðru!"

"Já-" svaraði faðir minn. Um leið og þeir voru búnir að tala hélt ég áfram göngu minni. Þegar ég gekk fram hjá tré rétti ég fram hönd mína til að snerta börk þess og snerti stofn þess með honum áður en ég hélt áfram heim. Þegar ég kom þangað var ég úti og hlustaði á samtal þeirra þar til ég loksins heyrði "Já -" koma innan frá.

"Ertu sammála því að þau ættu að búa saman?" spurði kvenrödd; Ég gerði ráð fyrir að þetta væri mamma Jasons. Mamma kinkaði kolli sorglega samþykkis og bætti við: "Við þurfum að hvetja til eins mikillar nánd á milli þeirra og mögulegt er -"

Um leið og þeir voru búnir að tala, opnaði ég hurðina skyndilega og samtal þeirra hætti - allir sneru sér við og horfðu beint á mig með tómum augum.

„Nú," svaraði mamma. Ég kinkaði kolli hægt til svars og horfði í átt að Jason fyrir aftan mig um leið og ég svaraði beisklega:

Mamma byrjaði að tala. Ég truflaði, sagði að það væri ekki nauðsynlegt og sagði að ég vildi ekki giftast neinum þegar ég væri eldri - ég sagði henni. Af hverju var verið að þvinga þetta upp á mig núna?" spurði hún.

Hún svaraði til baka, en ég hafði ekki hjarta til að hlusta. Þess í stað hljóp ég upp stigann og inn í herbergið mitt, þar sem ég læsti hurðinni á eftir mér á meðan ég kveinkaði mér hljóðlega gegn henni.

Um leið og einhver bankaði upp á hjá mér hrópaði ég: "Farðu í burtu! Ég vil ekki sjá þig!" og kastaði burstanum mínum á móti henni. Sama hvort það var móðir mín eða pabbi heima eða einfaldlega óvæntur gestur, jafnvel Jason the Bastard var ekki öruggur frá mér lengur!

„Ég beið við dyrnar í það sem virtist vera klukkustundir; kannski liðu aðeins mínútur. Eftir að hafa safnað saman ferðatöskunni minni og heyrt raddir þeirra aftur fyrir neðan mig, vissi ég að ef ég vogaði mér niður aftur, myndum við líklega lenda í öðru rifrildi."

Eins og ég hélt að það væri ekkert mál að tala við þá; allt var búið að skipuleggja í huga þeirra og ekkert myndi breyta þeirri ákvörðun, ég opnaði ferðatöskuna mína og sturtaði bara öllu inn óháð ástandi eða útliti.

Eftir að hafa pakkað saman eigur mínar, passaði ég að hurðin væri tryggilega lokuð áður en ég féll niður í rúmið mitt til að fá góða næturhvíld.

Næst þegar ég vaknaði var ég í flugvél.

Ég leit í kringum mig.

Af hverju er ég í flugvél? Ég spurði.

Ég leit við hliðina á mér og sá Jason. Ég andvarpaði. Ég leit til vinstri og sá engan.

Aðeins Jason og ég.

"Jæja, nú ertu vaknaður." sagði Jason allt í einu, sem fékk mig til að hoppa.

Ég horfði á hann.

Af hverju er ég í flugvél? "Af hverju er ég í flugvélinni?"

Þú ert að flytja inn á heimili mitt." útskýrði hann.

"Var ég ekki í svefnherberginu mínu?" "Var ég ekki í herberginu mínu?"

"Mamma þín var með lykilinn, svo hún opnaði hurðina. Síðan bar ég þig í flugvélinni."

Hann sagði síðasta hlutann hærra og brosandi. Ég rúllaði augnlokunum.

„Ég vildi ekki að þú bætir þyngd mína, þú veist," svaraði ég.

"Já, þú þarft á mér að halda til að bera þig." sagði hann og strauk svo vísifingurna undir hökuna á mér.

Ég sló blaðinu frá mér og muldraði: "Hvað sem er." Þú ert pirrandi." Ég stóð upp til að setjast á stólinn við hliðina á mér og í burtu frá Jason.

Ég gleypti vatnið í einu. Ég var þyrstur.

Jason sat við hliðina á mér þegar ég sneri mér við.

Af hverju fylgirðu mér, stalker? "Af hverju fylgirðu alltaf, stalker?" spurði ég hann með þröngsýnum augum.

Hann sneri sér við og brosti til mín. Hann hallaði sér hægt nógu mikið inn til að ég gæti fundið lyktina af honum. Hann lyktaði af köln og sjampó í sameiningu og sagði: "Af því að þér líkar við mig."

Þegar hann talaði snerti heitur andardrátturinn eyrað á mér. Ég fann smá hroll.

Hann hallaði sér aftur og ég starði tómlega á hann. Ég þurfti að blikka nokkrum sinnum til að koma mér aftur í raunveruleikann. Þegar hann tók eftir því stækkaði brosið hans enn meira. Ég glotti.

Hann er ALVEG gaur sem trúir því að hann geti unnið hjarta hvers sem er. . . En ég hélt að það væri ekki mitt.


~~

Við stigum úr eðalvagninum og fórum á hótelið með herra Cohen og frú Cohen. Við vorum leiddir af vörð í eðalvagn.

Við vorum einu mennirnir í flugvélinni og gengum á akrein flugvallarins. Ég lyfti augabrúninni.

Erum við fræg? Erum við fræg? "Eða erum við rík, eða er fjölskyldan þín svona?"

"Hvað spurðirðu hann?"

Hann hló: "Við erum allir þeir."

"Allt?" "Allt?" spurði ég og ranghvolfdi augunum.

Hann óskar! Ég hélt.

Ökumaður eðalvagnsins hóf akstur strax eftir að við komum inn.

Allan tímann sem þau voru að keyra ræddu herra Cohen og frú Cohen brúðkaupið.

Oftast var ég ekki að hlusta. Ég veit bara að það er haustbrúðkaup snemma hausts og mun fara fram 2 vikum eftir fullt tungl.

Við keyrðum í 6 tíma áður en við komum að "húsinu".

Þernurnar komu fljótt og náðu farangrinum. Segjum að það hafi verið um níu vinnukonur.

Þeir eru kannski ríkir, en ég held að þeir séu ekki kóngafólk.

Ég fór út úr bílnum mínum og skoðaði húsið betur.

Húsið var staðsett í undarlegum hluta bæjarins.

Húsið var fallegt og rúmgott, en það var skrýtið að skógurinn væri rétt hjá. Húsið leit allt öðruvísi út en skóginn. Ég horfði á setrið um stund, svo skóginn.

Hvers vegna völdu þeir þennan stað? Ég velti því fyrir mér.

Frú Cohen brosti og sagði: "VANESSA VELKOMIN Í FJÖLSKYLDUNA!" Þú ert nú talinn einn af Cohens!"

Ég brosti lágt og þakkaði henni fyrir.

"Ok. Flýttu þér nú." "Ok, drífðu þig nú," sagði frú Cohen og allir stóðu upp.

Við fórum inn í húsið og ég trúi því að ég hafi heyrt mig anda aðeins.

Jason brosti.

Ég skil ekki hvers vegna hann brosti; hann byggði ekki húsið sjálfur.

Vinsamlegast sýndu herbergi Vanessu Vanessu. "Frú Cohen, vinsamlegast sýndu Vanessu herbergið þitt."

Þegar við hittumst fyrst sló ég hendinni frá honum og sendi honum dauðablik. Mér var bannað að snerta hönd hans, sem var mjúk, hlý og velkomin.

Vinsamlegast ekki snerta líkama minn. Ég sagði honum.

Ég gekk inn í herbergið hans til að líta í kringum mig. Ferðataskan mín er þegar á gólfinu.

Þetta herbergi er 10 sinnum stærra en mitt! Hversu ríkir geta þeir mögulega verið? Ég hélt.

Hann hvíslaði að mér þegar hann lokaði hurðinni.

"HÆTTU AÐ RÁÐA AÐ RÁÐA AÐ RÁÐAST Í MÍN PERSÓNULEGU rými, ASSHOL !!!" Ég öskraði á hann og hann ýtti honum frá mér. Ég ýtti honum meira en ég hélt því hann tók aðeins eitt skref í burtu.

Hann hló og strauk svo vísifingurna undir hökuna á mér. Enn og aftur sló ég fingurinn frá mér.

Hvaða hluta af "ekki snerta" skilurðu ekki, Jeez?

Mig langar að öskra á hann.

"Hvað, geturðu ekki snert mig svolítið?" Sagði hann.

"Já þú getur það ekki." Ég sagði við hana: "Og vertu frá mér."

Hann hló.

Ég opnaði ferðatöskuna mína til að byrja að pakka niður.

Skápurinn og skúffurnar eru báðar þarna. Jason benti í allar áttir. Ég rúllaði augnlokunum.

Ég fór að skápnum, ýtti öllum fötunum hans til hliðar, greip mín og hengdi þau á hina hliðina.

Ég greip hlutina sem hann átti og setti þá í tvær neðri skúffurnar. Tvær efstu skúffurnar tilheyra mér.

Efsta skúffan er fyrir sundfötin mín, brjóstahaldara og sokkabuxur. Neðri skúffan er fyrir persónulega muni.

Hvað ertu að gera???" spurði Jason mig við hlið mér þegar ég hallaði mér upp að veggnum.

"Aðskilnaður," útskýrði ég, "Þín hlið, mín hlið og skúffurnar þínar, mínar."

Er þér alvara? "Er þér alvara?"

Hvað finnst þér???" "Hvað finnst þér?" spurði ég til baka og krosslagði hendurnar.

Þetta er heimskulegt. Sagði hann.

"Nei, það er það ekki. Þér var sagt að vera í burtu frá mér. Þú virðist ekki vita hvað það þýðir, svo ég tók ákvörðun um að skilja." „Ég sagði til baka og hann yppti bara öxlum í vantrú.“

Þá var bankað á hurðina.

"Komdu inn!" hrópaði Jason.

Hurðin opnaðist og herra Cohen kom inn.

Hvernig gengur? "Hvernig gengur allt?"

Jason, a$$-andlitið skíthæll, truflaði mig þegar ég byrjaði að segja: "Allt er á hreyfingu -".

"Það gengur allt vel, pabbi." sagði hann brosandi.

Haltu kjafti, ég er að tala, kelling! Ég ætla að segja honum í andlitinu að herra Cohen hafi verið viðstaddur.

"Jæja, það er frábært!" "Jæja, það er frábært!" sagði herra Cohen og klappaði báðum höndum saman.

Hversu marga get ég hjálpað þér, faðir? spurði Jason.

Mig langar bara að tala við Vanessu um eitthvað. — Má ég tala við hana eina? Hann spurði.

Jason horfði í augun á mér og kinkaði kolli áður en hann fór.

Herra Cohen settist niður. Ég fór nær honum. Hann var heillandi og myndarlegur.

Hann minnti mig á Jason, ljóst hár og laufgræn augu.

Vanessa, mér þykir leitt að við flýtum okkur í gegnum allt. Herra Cohen baðst afsökunar.

Ég sagði allt sem mér datt í hug.

Þetta er allt fullkomið núna. Ég sagði.

Hann spurði: "Ég var bara að velta því fyrir mér hvort þú hefðir komið með lyfin þín."

Ég kinkaði kolli

Hann spurði. "Gott, gætirðu sýnt mér ????"?" "Gott, geturðu sýnt mér þá????"

"Jú, en hvers vegna?" Ég áttaði mig á því að ég var dónalegur þegar ég spurði: "Ég biðst afsökunar ef ég er -"

Þú getur spurt. "Nei, ég hef það í lagi ef þú gerir það." Ég ætlaði samt að segja þér það. "Ég ætla að skrifa upp á nýtt lyf fyrir þig." Herra Cohen útskýrði.

Ólíkt Jason skilur Cohen tilfinningar fólks. Ég hélt.

Ég stóð upp til að fara og fá lyfið sem ég hafði tekið allt mitt líf. Ég gaf honum.

Hann tók einn og hellti út. Á annarri hlið pillunnar var rauður vökvi. Hann rannsakaði það og hristi pilluna í nokkrar sekúndur.

"Ég mun læra það í rannsóknarstofunni minni." „Taktu þessa töflu á meðan,“ sagði herra Cohen.

Hann rétti mér pilluglas. Það var öðruvísi. Öll pillan var úr silfri í stað vökva í öðrum endanum. Silfur.

Þú verður veikur ef þú tekur þessa töflu. Þú munt sjá það seinna. "Við munum halda fundi, ef það er það sem þú vilt." Herra Cohen talaði, en ég einfaldlega hristi höndina á mér, jafnvel þótt þúsundir spurninga væru mér hugleiknar.

"Allt í lagi, þá fer ég með þessi lyf á rannsóknarstofuna mína og skoða þau." Þú tekur pilluna á hverjum degi, fyrir hverja máltíð, á meðan þú bíður. Mr Cohen sagði, á meðan hann hélt enn á gömlu pillunni, "Ef það er einhver vandamál eða ef þú hefur einhverjar spurningar, vinsamlegast komdu í rannsóknarstofuna mína."

Enn og aftur kinkaði ég kolli.

Nú verð ég að fara. Velkomin í fjölskylduna, og bless. sagði hann og brosti.

Þú átt frábæran dag.“ „Þú átt góðan dag,“ sagði hann áður en hann fór.

Ég starði á þetta nýja lyf.

Af hverju þarf ég lyf? Mér fannst sú gamla fín.

Jason kom inn um dyrnar eftir að hafa snúið á hnappinum.

"Hvað gerðist?" "Hvað gerðist?"

Þú átt ekkert mál að vita neitt um það. "Ekkert, það kemur þér ekkert við," svaraði ég og ýtti lyfinu á eftir mér. Andlit Jason varð fölt, svo ég held að ég hafi ekki gert það nógu hratt.

"Nei." "Nei."

Ég leit á hann.

"Hvað?" "Hvað?"

Leyfðu mér að sjá það! Hann talaði hærra.

"Nei!!!" "Nei!"

Hann glímdi við mig og stökk á mig.

Hann er þungur! Hann er þungur!

"FARÐU AF MÉR!!!" "FARÐU AF MÉR!" Ég öskraði þegar ég glímdi við hann til baka. Hann var miklu sterkari en ég.

Hann greip lyfið úr höndunum á mér og setti það í hæð sem ég náði ekki. Ég reyndi að tipla á tánum og hann fór af mér en ég náði samt í lyfið.

"GEFÐU ÞAÐ TIL BAKA ÞÚ ASSVIKA !!!!!" Ég öskraði. Jason bar það hátt. Hann varð fölari þegar hann rannsakaði flöskuna.

Hann hvíslaði: "Nei! Það getur ómögulega verið þessi." Hann hvíslaði.

"Hvað?" "Hvað?" spurði ég reiður. Ég starði á hann í nokkrar sekúndur og blikkaði svo. Ég var frosinn.

Er það ímyndun mín? Snúðu augun ???? Hvað með litinn á augunum hans??

Ég velti því fyrir mér í nokkur augnablik.

Ég stóð þarna orðlaus.

Hann hljóp út úr herberginu og stappaði til dyra.

Ég hristi höfuðið. Það getur ekki verið. Kannski voru það ofuraugu mín

Ég get séð hluti sem enginn annar getur.

Hin hliðin mín sagði mér að þetta væri ekki draumur.

Ég hljóp til dyra og hristi hökuna og reyndi að finna Jason. Ég hljóp niður ganginn þar til ég heyrði öskur.

Jason öskraði, "Faðir þú getur ekki gert þetta -". Ég hallaði mér að hurðinni þegar ég gekk að henni.

Haltu því niðri, sonur. Ég heyrði herra Cohen hvísla.

„PAPA!!! Það er of snemmt. „HÚN ER AÐ fara að brjálast!" öskraði Jason og ég ályktaði að orðið „hún" þýddi mig.

„Nei, elskan. Það er ekki of seint. „Hún hlýtur að vita af því." „Sagði önnur rödd." Háhljóða röddin er örugglega frú Cohen.

"HÚN MUN HALDA VIÐ SÉUM KRÍMI!!!" sagði Jason.

Hvað í ósköpunum eru þeir að tala um? Ég var alveg ringlaður.

"NEI! ÉG ÆTLA EKKI AÐ LEYFA HENNI AÐ TAKA LYFIN ENN! Jason byrjaði að tala en var stytt.

"JASON! Heyrðu!" Heyrðu!" hrópaði herra Cohen. Ég mun ákveða hvenær ég á að segja henni það og hvenær hún á að taka lyfið. Í dag er ákvörðun mín. "Ég trúi því ekki að það sé of snemmt."

Ég hef aldrei heyrt herra Cohen hljóma svona vitlaus.

Það næsta sem ég vissi var að ég datt á hliðina þegar hurðin opnaðist. Það virtist sem fallið væri vísvitandi hægt svo að ég gæti séð allt. Í þetta skiptið sver ég að ég sé það sem ég sé. Í þetta skiptið trúði ég því sem ég sá.

Augu Jasons voru ekki djúpgræn heldur silfurlituð. Þegar ég datt, greip Jason mig fljótt með aðeins einum handlegg.

Ég rak upp augun til að horfa í augu hans. En í fljótu bragði breyttust þeir aftur í grænt. Ég færði augnaráðið frá „svokölluðu grænu augum" hans og einbeitti mér að handleggnum sem hélt mér. Það virtist sem allt færi svo hægt. Það var svo hægt að ég gat ekki séð smáatriðin.

Ég réttaði mig og fór af handleggnum á Jason. Ég horfði á hann. Ég var með gamla lyfjaflösku í höndunum. Svo tók ég nokkur skref aftur á bak og horfði aftur í augun á honum.

Þú veist helminginn af því sem þú ættir að vita. Jason starði í augun á mér. Ég gat ekki talað vegna þess að röddin var föst í hálsinum á mér. Ég starði á hann án þess að segja neitt.

Við skulum tala." Herra Cohen var að tala, en ég þorði ekki að taka augun af Jason ef ég sæi eitthvað annað.

Jason gekk að mér og greip í höndina á mér. Ég hrifsaði hendina fljótt frá mér.

Ég horfði í kringum mig á alla fjölskylduna hans.

Vanessa, við getum rætt það. Jason svaraði.

Ég settist rólega á sætið og athugaði hvort fæturnir á mér væru enn nógu sterkir til að styðja mig.

Ég fann hvernig hjartað sló í eyrun á mér þegar allir tóku sæti. Ég spennti upp kjálkann.

Við skulum ræða það núna áður en það er of seint. sagði herra Cohen.

Allir horfðu á mig. Svo varð óþægileg þögn.

Veistu hvaða lyf ég gaf þér? "Veistu lyfið sem ég hef gefið þér?" Ég kinkaði kolli hægt. Hann andaði að sér snörpum, súrum andardrætti.

"Þú veist pabbi, við skulum hætta að tala um þetta." Jason sneri sér að mér og sagði: "Við skulum láta eins og ekkert hafi gerst."

Ég starði. Það virðist hafa eitthvað með fæðingu mína að gera og hver ég er. Ég hafði á tilfinningunni að þeir væru að fela eitthvað fyrir mér. Jafnvel þó ég vildi segja „já" sagði ég „nei".

Jason horfði á mig og varð föl.

"Ég er ekki viss um að þú sleppir því fyrr en ég veit það." Ég mun komast að því hvort það tengist fæðingu minni eða hver ég er. "Ég vil vita, það er hver ég er!" "Ég sagði.

Það varð þögn.

Það tók eilífð þar til herra Cohen byrjaði að tala, "Ég býst við að við verðum að láta hana vita."

Veistu, elskan, lyfið mun vekja innra sjálfan þig. "Frú Cohen, sagði ég um leið og ég sneri mér að henni. Hún hafði verið róleg í nokkurn tíma."

Ég horfði á hana. Innra í mér??

Hvað meinarðu með "ég"? "Ég er vakandi." „Ég er vakandi," svaraði ég og fannst ég vera heimskur.

Hvernig eigum við að orða þetta? „Þú hefur vald til að...

"Hvað?!" Ég spurði: "Val?"

Þetta er fáranlegt!!

Mér líður eins og krakka aftur, trúi enn á töfra og goðsagnakenndar verur.

"Já, ég trúi því að þú hafir vald. Það sem ég vil bæta við er að þú ert sannarlega...
varúlfur." "Frú Cohen heldur áfram."

Þeir eru ríkir, en eiga þeir í alvöru í vandræðum með að segja mér að ég sé varúlfur?
FÁRÁNLEGT!!! Ég hélt.

"Varúlfur?" "Varúlfur?"

Manstu að móðir þín sagði þér að þú fæðist veikburða? sagði herra Cohen.

Ég kinkaði kolli til hans.

Þú varst veikburða frá því þú fæddist. "Þú ert með innra vandamál. Ég er ekki að tala
um geðræn vandamál." Sagði hann.

Munnurinn minn hékk.

Vilja þeir virkilega að ég trúi því sem þeir segja? Hvað er innra sjálfsvandamál?

Hvað meinarðu? "Hvað meinarðu?" Ég spurði. Ég reyndi að fylgjast með „flottu"
sögunni sem ég var að heyra.

Veistu að við sögðum þér að þú hefðir völd? Kraftur þinn var svo sterkur að líkaminn
varð þreyttur þegar þú fæddist. Þú gast ekki stjórnað krafti þínum; það var of sterkt.
"Maður missir mikla orku á þennan hátt og verður fljótt veikburða." Herra Cohen
útskýrði.

Ég kinkaði kolli

Við erum ekki að grínast. "Þú ert varúlfur og við líka." "Frú Cohen starði í augun á
mér." Ég starði á hana.

Það næsta sem ég sá var svo ógnvekjandi að ég missti næstum andann. Næst þegar ég
blikkaði sá ég rafblá augu frú Cohen breytast í silfur. Þetta var svo hratt að ég gat bara
andvarpað. Hjarta mitt var ekki að gera mér gott með því að hægja á mér. Hjarta mitt
sló tvöfalt hærra í eyrum en áður.

Í þetta skiptið vissi ég að þeir voru ekki bara að tala heldur voru að segja sannleikann.
Gamla pillan sem við ávísuðum þér var að hægja á innri þrýstingi. Vald þitt er nú undir
stjórn. Frú Cohen talaði áfram eins og hún hefði aldrei sýnt mér áður: "Silfurpillan er
sú sem vekur þitt innra sjálf."

Ég horfði á hana.

Það er skelfilegt að vita sannleikann um einhvern.

Þessi pilla mun gera þig veikur í smá stund. Herra Cohen útskýrði.

Ég var hissa á að geta enn hreyft mig og sneri höfðinu. Ég kinkaði kolli til samþykkis.

Þú byrjar strax að taka pilluna. Einhverjar spurningar?" útskýrði herra Cohen.

Ég hristi höfuðið.

Þú ert rekinn." sagði hann. Jason greip í handlegginn á mér þegar ég stóð upp, en ég
sagði honum að sleppa takinu.

Allt þetta ástand ruglaði mig og gerði mig hræddan.

Ég fór aftur inn í herbergið án þess að tala við Jason eða hafa augnsamband.

Jason truflaði mig með því að segja: "Vanessa I-"

"Ég er þreyttur, ég vil ekki að það sé sagt." Ég sagði við hana: "Láttu mig í friði."

Þú þarft ekki að taka það ef þú vilt það ekki. "Ég ætla að tala við pabba minn um þetta." sagði hann og greip í handleggina á mér.

Ég hata að hann snerti mig svona mikið og ég hata líka hvernig hann er svona góður, eins og hann sjái ekki kuldann minn.

Hættu að trufla mig! „Ég ætla að taka lyfið mitt," svaraði ég.

Hann horfði á mig. Ég horfði á hann, gekk svo upp að glugganum og settist niður.

Ég kinkaði kolli og hélt að líf mitt væri í ruglinu núna.

Ég skimaði skóginn með augunum.

Hvað er í þeim skógi? Ég velti því fyrir mér hvað er í þessum skógi?

Ég þurfti í sturtu því sólin skein.

Ég stóð upp til að fara að ná mér í skyrtu og buxur.

Hurðin flaug gífurlega upp þegar ég lokaði henni. Ég var næstum sleginn niður af háværu flissinu.

Á baðherberginu voru meyjar að flissa og setja upp hluti. Ég lyfti augabrúninni.

"Umm," sagði ég og allir sneru sér að mér, en þeir voru samt að flissa og töluðu, "afsakið, þetta er baðherbergið og ég ætla að taka - AHHHHHHHHHHHHHH!!!!!!" Ég öskraði.

Þetta er það furðulegasta sem hefur komið fyrir mig. Ein stelpan steig upp og byrjaði að klæða mig af.

Hvað í fjandanum ertu að gera? Ég öskraði, en í þetta skiptið stoppaði allt. Það mátti heyra næluna falla í körfunni á vinnukonu.

Hvað meinarðu, elskan? spurði ein vinnukonan.

Hvað ertu að gera? Ég er að reyna að fara í sturtu. Ég sagði.

Það er svolítið skrítið. Þetta er það skrítnasta sem ég hef séð.

Hvað meinarðu?" „Við hjálpum þér, við-" sagði önnur vinnukona, en ég klippti hana af.

Ég get sturtað sjálfur. Ég þarfnast engrar aðstoðar. Ég sagði þeim.

Við vorum ráðin til að aðstoða þig. Við getum ekki hallað okkur aftur og gert ekki neitt. Okkur er borgað fyrir að gera þetta. Við erum þinn persónulegi förðunarfræðingur, persónulegur heilsulindarstarfsmaður eða förðunarfulltrúi. . ." Þeir héldu áfram að vinna. Ég velti augnlokunum.

Þjáist þessi fjölskylda á hverjum degi? Ég hélt. Ég andvarpaði.

Það er mér að kenna; Ég geri ráð fyrir að ég verði að takast á við það

"Svo??? Hvað er málið með ???"? spurði ég þar sem ég sat við hlið baðkarsins.

Önnur vinnukona svaraði: "Jæja, við eigum að sjá til þess að þú lítur vel út í kvöld."

Fyrsti kvöldverður konungs og drottningar með prinsinum.

Ég starði niður á þá.

"WHO?" "WHO?"

"Konungurinn og drottningin." „Þjónn," sagði vinnukonan. Hún lét mig hljóma heimskan.

spurði ég þá. "Ég veit hverjir þeir eru, en hvað meinarðu?" "Ég spurði þá."

Cohen? Cohen??? Hann er konungurinn. "Frú Cohen er drottningin og Jason prinsinn." "Þau sögðu.

Þetta var skrítið. Ég andvarpaði.

Við erum öll. Rödd Jasons bergmálar í huga mér. Nú skil ég hvað Jason er að segja. Hann gæti verið kóngafólk.

Ég hef á tilfinningunni að þetta eigi eftir að verða raunverulegra og raunverulegra.

Ljóti sannleikurinn

Líf mitt yrði aldrei eðlilegt aftur.

Hvað eru konungur og drottning? "Er það satt að þeir eru varúlfar?" spurði ég rólega.

Ég vil vita sannleikann og ekki þykjast vera að hlusta á sögu. Ég vil vita að öll sagan er ekki sönn.

Ein vinnukonan sagði: "Vertu ekki heimskur. Auðvitað eru þær það."

Við getum gleymt þeim. Við þurfum að undirbúa þig fyrir stóra kvöldið. Önnur vinnukona bætti við.

Baðkarið var fullt af loftbólum og allt tilbúið. Vaskurinn var settur upp með farðanum og handklæði, baðsloppar og inniskór voru tilbúnir.

Valdir þú þennan búning? "Valdirðu þennan búning?" Ég kinkaði kolli til hennar þegar ég leit upp.

"Ég trúi því ekki - ég mun hjálpa þér að velja annan búning," sagði hún. Ég gat sagt að þessi kona var minn persónulegi kjólasmiður eða fatasmiður.

Þetta er allt svo eyðslusamt, hugsaði ég.

Ég bað vinnukonuna að fara og koma aftur síðar eftir að ég hafði lokið baðinu mínu. Vinnukonan fór og ég hoppaði í baðið.

Ég fór að slaka á og lét allt stressið fara, en vinnukonan var komin aftur og hló. Ég andvarpaði.

Líta þeir alltaf svona út? Unglingur. sagði ég og rúllaði svo augnlokunum.

Vinnukonan safnaðist í kringum mig og hóf störf sín. Það var verið að þvo hárið á mér með þessu græna dóti og nuddað með þessum laufum. Ein manneskja byrjaði að nudda axlir mínar og setja þessa löngu, svörtu, sporöskjulaga steina. Það var gott að sjá vöðvana slaka á. Önnur vinnukona greip í handlegginn á mér og byrjaði að senda skilaboð um fingur mína, hendur og handleggi. Önnur vinnukona byrjaði að senda skilaboð á fæturna mína með því að nota þetta flotta sull sem lætur fæturna líða vel.

Ég er fegin að ég fann ekki fyrir kitli, mér líkar allt en veit ekki hverjir þeir eru.

Ég hef mikinn áhuga á þessu en mig langar að vita nöfnin þín. Það var óþægilegt vegna þess að ég truflaði flissið þeirra í sífellu og ég heyrði slúður.

"Ég er Valerie og ég er förðunarfræðingurinn þinn." „Ég er Valerie, ég er förðunarfræðingurinn þinn," sagði sá sem var að vinna í hárinu á mér.

Sunny, vinnukonan sem kvartaði yfir klæðnaði þínum, sagði: "Ég er Sunny."

Sá sem sendi mér skilaboðin sagði: "Ég er Vicky og ég er persónulegur heilsulindarstarfsmaður þinn."

Sá sem nuddaði hendurnar mínar, fingurna og handleggina sagði: "Ég er Beth, persónulegi fatahönnuðurinn þinn og nuddari."

Ég kinkaði kolli. Svo fóru þau tvö að tala aftur. Þeir láta eins og ég hafi aldrei spurt að nafni.

Þessar stúlkur myndu líklega geta talað það sem eftir er ævinnar. Ég náði nokkrum orðum á einum stað í samtalinu.

"Ó, guð minn góður, James mun koma eftir nokkra daga!" Það er það sem ég heyrði. Sunny svaraði.

"Hver er James?" "Hver er James?"

"Ó, þetta er eldri bróðir Jasons. En hann er fluttur út." sagði Sunny.

Ég kinkaði kolli. Þeir byrjuðu að vinna og töluðu aftur á næstu sekúndu.

"Ég heyrði að hann hefði fundið hana." sagði Valerie.

Hvar hitti hann hana? spurði Beth.

"Jæja, hún hitti hann í vinnunni." Hann var fararstjóri hennar. Hún er nýr starfsmaður.

Það hlýtur að vera rómantískt. sagði Valerie dreymandi.

Stelpurnar andvarpuðu allar saman. Ég rúllaði augnlokunum og kinkaði kolli.

Haga þeir sér alltaf svona? Ég hélt.

"Ég heyrði að þeir gerðu - út fyrsta daginn." Valerie hló og allir tóku þátt.

"Er hún manneskja?" spurði Vicky. Mér fannst það móðgað eins og þeir þyrftu að aðskilja varúlfa og menn. Þeir haga sér líka eins og ég sé ekki til staðar, jafnvel þó ég sé ekki fullkomlega mannleg.

"Ó, er hún manneskja?" sagði Valerie.

Hvað ætla konungurinn og drottningin að gera? spurði Sunny.

Þeir reyndu að fá James til að yfirgefa hana. Honum líkar það ekki," sagði Valerie.

Ég hlustaði á allt samtalið. Kannski get ég fundið eitthvað um fjölskylduna þeirra.

"Það er slæmt." „Þetta er slæmt," sagði Vicky.

"Já. Ég er viss um að þú hefur rétt fyrir þér." Valerie sagði: "Konungurinn ætlar að búa til eitthvað sem getur breytt henni í varúlf."

Ég andvarpaði.

Þau hættu öll að tala og horfðu á mig eins og ég væri ekki til.

"Í alvöru??" „Þetta er mikið mál og hún veit ekki einu sinni að varúlfar séu til.

„Já við vitum það en James elskar hana svo mikið að hann mun giftast henni. Í varúlfaheiminum er bannað fyrir varúlf að giftast manni. Beth svaraði: "Þannig að þetta er eina leiðin sem þau geta verið saman."

Augu mín stækka.

"Vertu ekki áhyggjufullur, herra Cohen mun sjá um þetta allt." Beth sagði: "Hann er góður í að búa til lyf."

"Að finna upp???" "Ég spurði.

"Já, herra Cohen er vísindamaður." Hann finnur upp ný lyf alltaf," sagði Vicky.

Vá!! Ég hélt að ég hefði hitt vísindamann sem var ríkur og konunglegur.

„Ég heyrði líka að stúlkan væri varúlfur, en ekki foreldrar hennar. Valerie hélt áfram að tala.

Þessar stúlkur kunna mikið slúður.

Sunny leit snöggt á úrið sitt og andaðist svo.

"Ó nei!!! Drífðu þig! Við verðum að flýta okkur!!! Aðeins 1 og hálfur tími eftir til undirbúnings !!!" hrópaði Sunny.

Við þurfum ekki að flýta okkur. Það er enn nægur tími. Ég svaraði: "Ég tek bara 20 mínútur að klæða mig!"

Þeir tóku andköf eins og ég hefði sagt eitthvað hræðilegt.

"Hvað?!" Ég svaraði: "Ég er með."

"Ó, nei, þú gerðir það ekki bara - í alvöru??" sagði Sunny.

"Já. Hvað er að því?" spurði ég hana.

"Ekkert. Ég áttaði mig ekki á því að það var fólk sem tekur aðeins 20 mínútur að gera - "

Við verðum að flýta okkur. svaraði Vicky.

Þeir kláruðu allt fljótt og fóru út úr herberginu til að leyfa mér að fara í baðsloppinn. Þegar ég opnaði útidyrnar tóku þeir í höndina á mér og settu mig fljótt fyrir framan spegilmyndina.

Ég horfði á sjálfan mig í speglinum. Í stað þess að vera bara með svart hár var ég með glansandi hár sem virtist mjúkt. Ég leit enn afslappaðri út en venjulega. Það var eins og galdur skolaði yfir mig og ég breyttist í fallega konu á nokkrum sekúndum. Ég brosti og horfði á stelpuna sem var fyrir framan mig. Það var erfitt að trúa því að ég væri stelpan fyrir framan mig.

Þeir höfðu ekki tíma til að horfa í augun á mér; þeir unnu, unnu og unnu. Og talaði enn. Í þetta skiptið hlustaði ég ekki á orð sem þeir sögðu. Ég starði bara í spegilinn og horfði á hana verða fallegri með hverri sekúndu. Þeir hjálpuðu mér að fara í kjól sem var ekki of flottur. Síðan hjálpuðu þeir mér að farða mig.

"Þú ert búinn!" hrópaði Valerie. Hún ljómaði af vinnu sinni við förðun.

Hvernig get ég sagt takk? Ég spurði.

"Ó, þetta er ekkert. Ég gæti gert það á hverjum degi." sagði Valerie.

Nei, þú þarft ekki. Það er mikið að gera. Ég svaraði og fannst ég vera að biðja um of mikið.

"Ó, nei! "Ó, nei! hrópaði Vicky.

Ég hef það!" Sunny, sem var að þjóta inn í herbergið og hélt skónum mínum á lofti, hrópaði.

"Háir hælar?" "Háir hælar?"

The kinkaði kolli.

"Nei, ég get það ekki," svaraði ég, "ég get ekki gengið á háum hælum."

Ég skal finna annað par af skóm, allt í lagi? Sunny hljóp út úr herberginu. Ég geng ekki í hælum. Einu sinni reyndi ég að ganga á hælum og endaði á því að snúa fótinn. Hún kom til baka með par af íbúðum. "Hér."

Þeir leiddu mig niður stigann að borðstofunni.

Það tóku á móti mér allir sem höfðu beðið eftir mér.

Afsakið töfina. "Afsakið seinkunina," sagði ég og horfði á herra Cohen og frú Cohen.

Jason svaraði: "Það er allt í lagi." Augu mín fylgdu honum. Ég starði augnablik áður en hann hjálpaði mér upp í sætið mitt.

Mér leið undarlega. Mér leið undarlega. Aldrei á ævinni hefur mér liðið eins glæsilegt eða flott.

Augu mín svífa yfir alla. Ég varð að hrista höfuðið til að hætta að stara.

"Það er allt tilbúið til að borða!" sagði frú Cohen. Hún sleit fingrunum og allar meyjarnar komu hlaupandi inn með matarbakka á höndunum.

„Fáum eins mikinn mat og við getum og tökum vel á móti okkur," sagði frú Cohen og tók saman hendurnar.

Ég kinkaði kolli og brosti. Ég ætla ekki að vera óvirðing lengur.

Ég horfði á matinn þegar vinnukonan lagði bakkana. Maturinn var fallega framreiddur og ég fann að ég fékk vatn í munninn. Minningar mínar um eftirmiðdaginn höfðu gleymst og ég varð svangur.

Frú Cohen sagði: "Vanessa elskan, velkomin á borðið. Þú hefur ekki snert matinn og tvær mínútur liðnar."

Ég kinkaði kolli.

"Er þetta ekki þín tegund af matarlyst?" "Er ekki matarlyst þín?" spurði herra Cohen og kinkaði kolli.

"Það er það ekki, en ég veit ekki hvaða mat ég á að byrja á." Allt virðist svo ljúffengt." "Sagði ég.

Allir hlógu.

Þú getur fengið allt sem þú vilt. Þú verður að borða áður en þú tekur lyfið. "sagði herra Cohen og ég fór að borða."

Frú Cohen sagði við hana: „Æ elskan, við gleymdum þér; bróðir Jasons kemur eftir 3 daga. James heitir hann.

Ég leit á hana.

"Já, hann verður í nokkra daga, er það rétt?" spurði Jason. Herra Cohen kinkaði kolli. Við töluðum um kærustu James.

Ég var örmagna í lok máltíðarinnar. Ég er viss um að það er komið fram yfir miðnætti.

Ekki gleyma lyfjunum þínum." Þegar herra Cohen gekk upp stigann sagði hann: "Ekki gleyma að taka lyfin þín."

Ég náði í glas af vatni úr eldhúsinu áður en ég tók lyfið mitt.

Hvernig var það? Jason spurði mig: "Hvernig var það?"

"Frábært, þú ert bara svo þreyttur," sagði ég, "nú, farðu úr vegi, ég þarf að sofa." Ég neyddi augun til að opna mig og dró mig upp, sem var mjög sárt.

"Þurfa hjálp?" Jason hló að mér og spurði.

Hættu að hlæja að mér. Ég er mjög þreyttur." "Sagði ég og sló handleggina á honum."

"Jæja, segðu mér, hvernig lítur þú út?" Hann spurði þessarar spurningar þegar hann gekk upp stigann.

Ég horfði í augun á honum. Hann var enn vakandi. Hann var enn vakandi.

Þeir þurfa miklu meiri hjálp frá þeim sem valdi fötin þín. Ég gekk og sagði: "Allt í lagi, segðu mér, hvernig lítur þú út?" spurði hann um leið og hann gekk upp stigann.

"Í alvöru?" Hann spurði eins og hann hefði fengið óvænt svar. Ég ætlaði ekki að segja það sem ég sagði, en mér var alveg sama.

Ég opnaði hurðina og henti líkama mínum á rúmið.

Ég heyrði Jason afklæðast, en ég þorði ekki að opna augun. Þegar ég fann rúmið sökkva opnuðust augun mín.

Hvað ertu að gera? "Hvað ertu að gera hér?" spurði ég hann, andspænis mér.

"Ég ætla að sofa í rúminu mínu." Hann hvíslaði.

"Nei, þú getur það ekki. "Þú getur ekki sofið í rúminu."

"Hvað?" "Hvað?"

Þú getur ekki deilt rúminu með maka mínum. "Þú getur ekki sofið á rúminu hjá mér," sagði ég og færði mig í ystu enda rúmsins.

Hvar mun ég sofa? sagði Jason með meiri vakandi tón.

"Á sófanum." "Ég sagði.

"Glætan!!!!" Hann sagði: "Ég mun aldrei sofa í sófa. Ekki í milljón ár !!!"

Sofðu á gólfinu. "Ég sagði.

"Aldrei." "Aldrei."

"Við getum ekki sofið saman." Ég mun aldrei sofa. "Ég hef aldrei sofið hjá neinum á ævinni og mun aldrei gera það." Ég sagði. Þegar ég var ung sagði ég að ég myndi vera einhleyp að eilífu.

"Jæja, ég get ekki sofið á sófanum eða gólfinu." Sagði hann.

Þú verður að. "Jæja, þá mun ég flytja í annað herbergi." Ég stóð upp og sagði. Þegar bankað var að dyrum greip ég í púða.

"Komdu inn." „Komdu inn," sagði Jason.

Hvað er að gerast hérna inni? Með lágri röddu spurði frú Cohen félaga sinn í næturferðalaginu.

Við gefum okkur tækifæri til að búa okkur undir svefninn. sagði Jason.

Af hverju er púði í hendinni á þér, Vanessa? Spurði frú Cohen.

"Ó, ég hafði ætlað að sofa í sófanum." "Ég sagði.

"Sófinn?" spurði hún í vantrú.

"Já."

"Jason?" Hún spurði: "Hvernig gastu leyft henni að gera það?"

"Það er ég sem gerði það. Mér finnst óþægilegt." Jason horfði á Jason þegar ég talaði hratt.

Þá hló frú Cohen: "Vanessa þú munt venjast þessu." Þið munið hafa það gott ef þið sofið saman eina nótt.

Ég sagði ekki orð.

Vanessa, þarf ég að hringja í vini þína til að hjálpa þér að fjarlægja kjólinn? Spurði frú Cohen. Stúlkurnar voru strax auðþekkjanlegar á útliti þeirra.

Ég roðnaði og hristi hausinn fljótt af mér.

"Jæja, við skulum sofna." Tókstu pillurnar þínar? Hún spurði.

Ég sagði: "Góða nótt."

Hún fór út úr herberginu. Sunny kvartaði yfir fötunum mínum, svo ég greip þau og fór í þau. Það var erfitt að fjarlægja kjólinn.

Ég lagðist á rúmið mitt og hengdi upp kjólinn. Jason settist við hliðina á mér nokkrum mínútum síðar. Ég reyndi að fara eins langt frá honum og hægt var. Hjartað sló í gegn þegar ég hélt teppinu þétt í höndunum.

Ertu virkilega stressaður þegar ég er við hliðina á þér? spurði hann og mér brá dálítið.

Ég talaði ekki.

Hann stóð hljóðlega upp og yfirgaf rúmið sitt. Ég horfði á hann úr augnkróknum þegar hann fór inn í skápinn til að ná í annað teppi og kodda. Hann settist í sófann.

Þá varð löng þögn. Ég held að hann hafi farið að sofa. Þó ég væri þreytt gat ég ekki sofið.

Ég stóð upp og gekk að glugganum. Ég settist á gluggasætið og opnaði gluggana aðeins.

Ég finn lauflyktina sem kemur frá nýhöggnum trjám. Ég stari á tunglið.

Tveimur vikum eftir fullt tungl hélt ég að þetta væri svo nálægt.

Áður en ég fór að sofa starði ég á skóginn í smá stund.

Morguninn eftir vaknaði ég upp í rúmi með teppið yfir mig.

Það er skrítið hvernig ég endaði hér. Vona að ég hafi ekki farið í svefngöngu.

Ég stóð rólega upp og fór á klósettið til að undirbúa daginn.

Ég fór í eldhúsið því ég var svöng.

"Vanessa? Áttu ekki að vera í rúminu núna?" spurði frú Cohen.

"Nei af hverju?" Ég spurði.

Finnst þér þú veikur? — Líður þér ekki illa?

"Nei." Ég spurði: "Hvað er vandamálið?" Ég leit í kringum mig og sá öll áhyggjufullu andlitin.

Eftir morgunmat skulum við ræða þetta. sagði herra Cohen. Jason horfði á mig og ég sneri mér undan.

Meyjan bjó til þunga máltíð handa mér. Ég efast um að ég gæti jafnvel klárað það. Ég borðaði það fljótt og mokaði því í andlitið á mér.

"Vanessa? Ertu viss um að þér líði vel?" spurði herra Cohen.

"Já, ég er jákvæður." "Já, ég er jákvæður."

„Þetta er óvenjulegt," sögðu frú Cohen og herra Cohen.

"Hvað er óvenjulegt?" Ég spurði.

Þeir horfðu á mig og sögðu: "Þú ættir að vera veikur eftir að hafa tekið lyfið." Það er pilla sem vekur þitt innra sjálf. Þeir útskýrðu.

"Bíddu... þú meinar að "innra sjálf" innra með mér sé varúlfur? Ég spurði.

"Já, ég veit að þetta virkar ekki. En hvers vegna?" Þau sögðu.

Kannski ef hún borðar matinn nógu lengi þá mun hann virka." Frú Cohen svaraði: "Varúlfurinn sefur líklega djúpt sofandi."

"Ertu viss um að þú hafir tekið pilluna?" "Ertu viss um að þú hafir tekið pillurnar?" "110% viss." "Ég sagði."

Þetta er nýtt mál. Það hefur aldrei gerst áður." Herra Cohen nuddaði kinnar sínar og sagði: "Þetta hefur aldrei gerst áður."

Er mögulegt að úlfurinn minn vakni aldrei? Þetta var slys.

Aldrei, þetta hefur aldrei gerst áður. Það er ekki hægt, þar sem það verður að vakna. Í þínu tilviki skrifaði ég upp á fyrstu pilluna til að róa úlfinn þinn. Við þurfum að svæfa úlfinn þar sem þú getur ekki stjórnað honum. Þú getur ekki stjórnað þínu innra. Silfurpillan vekur úlfinn. Þú getur stjórnað því núna þegar þú ert fullorðinn. Frú Cohen útskýrði.

Höfuðið á mér snerist.

Vinsamlegast afsakið mig. Ég spurði.

Þeir kinkuðu kolli og sögðu: "Mér skilst að þetta sé mikið mál að taka inn en þú færð það fljótlega." Farðu upp stigann til að hvíla þig og bíða.

Ég stóð upp og fór að stiganum.

Ég fór inn í herbergið og kastaði líkinu strax á rúmið.

Ég lá þarna í rúminu og hugsaði með mér. Hvað ef ég hef ekki getu til að stjórna úlfinum mínum þegar hann vaknar?

Hvað gerist ef ég missi stjórnina? Verður ég veikari en áður?

Jason kom inn um dyrnar. Hann kveikti á tölvunni. Ég var enn í rúminu mínu. Ég sneri höfðinu við til að horfast í augu við hann.

Hvað ertu að gera?" Mér leiðist." „Mér leiðist," svaraði ég og gekk að honum.

"Ekkert. Bara brúðkaupið." sagði hann og ég starði á skjáinn.

Ég gekk að glugganum og settist.

Getum við að minnsta kosti farið einn dag án þess að minnast á brúðkaupið? Ég leit út um gluggann og spurði.

Skógurinn var öðruvísi þegar það var dags. Skógurinn var grænni og notalegri. Ég heyrði meira að segja í dýrunum því glugginn var opinn.

"Mér þykir það leitt. Það er satt, brúðkaupið er langt í land og það er óþægilegt að halda áfram að minnast á það á hverri mínútu dagsins. Hann sagði og stóð upp.

"Segðu mér," spurði ég hann. "Viltu samt þetta brúðkaup?"

Hann horfði á mig í nokkurn tíma, "Jæja, brúðkaupið er mikilvægur hluti af lífi mínu."

Þetta er eitthvað sem ég mun muna alla ævi. Hann sneri sér þá frá og sagði: "Ég elska einhvern sem ég vil giftast. Þessi manneskja verður ... "Elskaðu mig aftur."

Augnablik af óþægilegri þögn fannst í herberginu.

Hvað gerist ef maki þinn vill ekki giftast þér? "Elskarðu mig aftur?" Ég spurði. Ég spurði. Það fannst mér skrítið að spyrja þessarar spurningar. Það var undarlegt andrúmsloft; það var mikil þögn og fannst óþægilegt að spyrja einhvern þessarar spurningar.

Það var þögn í heila mínútu. Þegar hann sagði loksins: "Megum við gleyma þessu efni?" Ég hélt að hann hefði gleymt spurningunni.

Ég leit út um gluggann.

Hvernig mun ég lifa af?

"Jason," sagði ég, "ég er með margar spurningar um..."

Ég sagði: "Ekki taka málið upp." sagði Jason.

„Ég er það ekki," svaraði ég.

Hvað er það?" Hann settist í sófann og strauk hendinni í gegnum sítt hárið.

Er hægt að eiga maka í varúlfaheiminum?

"Já."

Ég spurði. "Er það satt að maður getur bara elskað maka sinn og þeir geta ekki valið hvern á að elska?" Ég spurði. Mér fannst ég kjánaleg.

Hvar heyrðirðu það?

"Sögur? "Fantasía"? Fantasía?" Ég spurði sjálfan mig.

"Jæja, já það er satt. Sál þín velur maka þinn. Þú verður að elska þá manneskju sama hvað. Maki þinn er ekki neyddur til að elska þig, en það kemur af sjálfu sér. Maki þinn er hinn helmingurinn þinn. Þú munt líka deyja með þínum maki ef maki þinn deyr Þú getur ekki elskað neinn eins og þú finnur fyrir maka þínum að vinna kvendýrið, og sá sem lifði er hinn sanni maki."

Ég kinkaði kolli.

Er það satt að varúlfar borði hráan mat? Þessi spurning var dulargervi, en ég varð að svara henni.

Hann hló: "Því miður já."

Ég öskraði og andvarpaði: "Ewww!"

Hann hló.

"Ó, við skulum halda áfram að eftirfarandi spurningu."

"Bíddu. Svo þú ert að segja að þegar ég hætti að vera veikur, mun ég geta borðað hrátt nautakjöt og elskað það? spurði ég.

Jason hló.

Svo staldraði ég við og skildi eftir undrun.

"Og þú segir líka að við séum ... félagar?" spurði ég mjög hljóðlega.

Hann svaraði spurningu minni í staðinn. Ég hélt að hann hefði ekki heyrt í mér.

„Ég býst við því að foreldrar mínir neyða mig ekki til að giftast einhverjum sem ég elska ekki," hvíslaði Jason. Ég hélt að ég myndi ekki heyra það, en ég heyrði það.

Þögnin var rofin með „Ó" mínu og svo talaði ég. Ég hallaði mér upp að veggnum og horfði út um gluggann.

Þá var bankað að dyrum.

"Komdu inn." sagði Jason.

Stílistarnir mínir komu allir inn á stofuna með stórt glott á vör.

"Vanessa! Komdu hingað!" Sunny öskraði og ég roðnaði. Ég skammaðist mín, sérstaklega fyrir framan Jason.

"Já?" "Já?" spurði ég og þeir bentu á hurðina.

"Svo?" Valerie spurði: "Hvernig var fyrsti fjölskyldukvöldverðurinn þinn?"

"Fjölskylda?" Ég svaraði: "Já, fjölskylda." Ég þarf að venjast því að kalla þá fjölskyldu mína.

„Jæja, ég held að þetta hafi verið frábært kvöld. Þau eru mjög góð og þökk sé þér líður mér eins og prinsessu í ævintýri! „Ég veit ekki einu sinni hvernig ég á að þakka þér." „Sagði ég og faðmaði báða þeim."

"Awwwh!" Vicky faðmaði mig svo fast að mér svimaði eftir að hún fór.

"Jæja, ég vona að þú eigir góðan dag, elskan." Beth faðmaði mig og sagði mér það.

„Bless," sagði ég þegar ég gekk inn. Ég fór að skápnum og horfði á fötin.

"SOLRIÐ!!! "SOLLAND!!! Sunny hljóp hratt inn í herbergið eftir að ég öskraði.

Hvar eru fötin mín, Sunny? Þetta er ekki minn fatnaður." „Sagði ég um leið og ég tók peysuna upp úr rekkunni.

„Jæja..." Sunny svaraði: "Jæja ... ég umm ... "Ég skipti gömlu fötunum sem þú áttir út fyrir þau sem ég kom með.

Ég opnaði munninn og talaði.

"Bíddu! Nýju fötin líta miklu flottari út." Sunny brosti og sagði.

Mér var brugðið. "Hvað?! Hvenær gerðirðu það? Hvenær gerðirðu það?

"Í gær þegar þú varst að borða. Mér leiddist, og ég hélt að skápurinn þinn gæti notað ALLT yfirlit. Svo já." sagði Sunny.

Þú kastaðir í rauninni öllum gömlu fötunum mínum." spurði ég.

Veistu, ég hef eytt klukkutímum og klukkutímum í verslunarmiðstöðinni bara til að fá þér hönnunarföt. Þeir eru allir í þinni stærð." Sunny glotti og sagði.

Ég sagði: "Takk samt.

Hún fór út úr herberginu eftir að hafa kinkað kolli. Ég skipti fljótt og náði mér í nýjan búning. Ég gekk út úr skápnum með úlpu, skó og nýjan búning.

Hvert ertu að fara? Jason leit upp úr tölvunni sinni og spurði.

"Ég vil ekki vera hér."

"Hvar?"

"Út að ganga."

Hér er hvergi hægt að labba um.

Þar er skógur. Ég benti á það.

"NEI, þú getur ekki farið þangað." sagði Jason og augu hans stækkuðu.

"Já, ég get það!" "Já ég get!" Ég svaraði og flýtti mér út úr svefnherberginu.

"Hæ, bíddu!" Jason öskraði, en ég hunsaði það. Ég var forvitinn að sjá skóginn því hann virtist dularfullur og áhugaverður.

Ég hljóp upp að framan og opnaði hurðina. Skógarloftið sló mig í andlitið. Það var mjög róandi og mér líkaði það.

"Eltu mig." sagði Jason við mig og gekk á undan mér.

Hann er mjög fljótur! Ég hélt.

Jason gekk hratt og ég gekk hægt á eftir honum. Mig langaði að hlaupa frá honum, svo ég gekk hægar þangað til ég sá hann ekki lengur.

JÁ!! ÉG GET LOKSINS FARAÐ ÚT SÉL!! hugsaði ég og brosti.

Ég fór aðra leið en hann og fór dýpra inn í skóginn. Ég gekk að þeim hluta skógarins sem ég sá varla.

"Vá!" Mér var brugðið.

Ég brosti og brosti.

Ég verð að gera þetta oftar, hugsaði ég.

Hver veit hversu langt ég gekk í skóginum?

Ég var að horfa í kringum mig þegar ég heyrði hljóð.

Augu mín stækkuðu og ég var frosin.

Svo heyrði ég það aftur. Hjarta mitt slær.

Einhver er fyrir aftan mig. Sagði einhver fyrir aftan mig. Þú heyrði hjartsláttinn minn, ég sver það. Það barðist fyrir brjósti mér; Ég var hræddur um að ég væri við það að brjóta liðbeinið.

Hvað er það? "Ljúffengt nammi." Það er lágt, hvíslaði. Ég tók hægt skref fram á við og sneri mér svo hægt við. Maðurinn er dökkur á hörund með ljósa húð. Tennurnar hans eru líka útbreiddar. Þeir voru þaktir blóði.

Augu mín voru opin af skelfingu.

Það var kaldara og vindurinn jókst.

Hann lokaði augnlokunum og tók mikinn andblæ.

"Ahh, þú ert varúlfur. Ég sé það." sagði hann og gekk á móti mér. Höndin mín kreppti.

Kuldinn í höndum hans fékk mig til að hoppa upp þegar hann lagði einn af fölum fingri sínum á kinn mína.

Augu mín stækka þegar ég hugsa um vampírur.

Hann þefaði af mér aftur. Ég var frosinn; Ég skildi ekki hvað ég átti að gera. Hann hallaði sér nær og einn af hundunum hans burstaði húðina á mér.

Ég ýtti honum frá mér og öskraði. Ég hljóp eins hratt og ég gat til að komast í burtu frá honum áður en hann gat staðið. Ég vissi að vampírur hafa hljóðhraða.

Ég hljóp fyrir líf mitt og þorði ekki að snúa við. Ég fór með snögga bæn í höfðinu á mér.

Hann greip mig og greip um hálsinn á mér með swoosh hljóði. Hann herti gripið um hálsinn á mér. Ég reyndi að losna um leið og ég öskraði og sveiflaði.

"Tík, þú ert ekki að fara neitt." "Ég ætla að borða ÞIG!" Vampíran hló.

"SLEPPTU!" Ég reyndi að sparka og öskra á hann.

Hann kastaði því á mig og ég sló það fast í höfuðið. Ég öskraði hátt af sársauka.

Sársaukinn í heilanum var að springa og sársaukinn breiddist út um allt.

Vampíran hló og kraup við hlið mér.

"Uh," sagði hann lágt. "Blóðið þitt er ... sterkt. "Ég lykta af því og mér finnst það fallegt."

Sársaukinn í höfðinu á mér var svo mikill að ég var næstum búinn að anda. Sársaukinn ágerðist með hverri sekúndu sem leið. Ég andaði hratt.

Hann lagði kalda, frosna hönd á hálsinn á mér. Ég fór að skjálfa.

"Ekki... SNERTA MIG!!!" Ég öskraði og lagði höndina á höfuðið á mér.

Ég fann höfuðið titra af sársauka.

Hann hló og hallaði sér inn. Ég lokaði augnlokunum og hjartað sló með hraða upp á mílu á mínútu.

Tennurnar hans sneru í húðina á mér fljótt og ágjarn. Ég öskraði af sársauka frá höfði, öxl og hálsi. Ég fann að blóðið tæmdist úr mér fljótt og ágirnd og ég vissi að ég var nálægt dauðanum. Höndin mín féll frá hlið höfuðsins.

Ég gat ekki hætt að öskra.

"VANESSA!!!" Jason öskraði hátt og ég heyrði hann hlaupa.

Þegar ég opnaði augun snérist heimurinn minn hratt.

Vampíran tók síðasta, stóra sopa áður en hún reif höfuðið af hálsinum á mér. Lungun mín voru þunn og ég var meðvitundarlaus þegar ég færði mig upp og niður. Ég var svo sár í höfði, hálsi og öxl. Ég var með sársauka.

Með síðustu orku minni sneri ég höfðinu til að horfa á Jason. Ég hafði aldrei séð Jason áður; augu hans voru silfurbjört og neglurnar útbreiddar. Tennurnar hans voru líka svolítið langar.

"HVAÐ GERÐIRÐU VIÐ HENNI ÞÉR TÍKARSONUR?" Jason öskraði og hljóp í burtu frá vampírunni. Þeir börðust þegar vampíran hljóp á fullri ferð í átt að honum. Jason dró höfuðið í sundur fyrir augum mér.

Ég fann fyrir ógleði og maginn byrjaði að snúast.

Hann hljóp að mér og kastaði höfði og líkama í jörðina.

"Vanessa," sagði hann lágt. Líkami minn var lyft og haldið í handlegg hans. Mér fannst hann kreista mig nærri sér. Ég vissi það ekki.

Ég skalf eins og þetta væri fellibylur.

Hann fjarlægði spreyhárið mitt úr andlitinu á mér.

Ég fann að höfuðið á mér var stungið með snöggum snertingu hans.

Þegar hann hélt mér þétt að sér varð ég hneykslaður á því hversu kalt mér leið.

Hann setti nú blóðugar hendurnar sínar varlega á höfuðið á mér og byrjaði að hrópa upp opna, útrennandi rifuna mína. Ég grét af sársauka.

Tárin mín runnu út.

"Fyrirgefðu, fyrirgefðu." Hann hvíslaði hratt.

„Jason," hvíslaði ég með brak á milli. "Ég..."

Svo féll ég í fangið á honum.

~~

Ég var vakinn af sársauka í heilanum. Mér leið eins og einhver hefði kastað hamri í höfuðið á mér og að einhver væri að snúa rúminu. Þegar ég opnaði augnlokin var allt í kringum mig óskýrt.

Ég heyrði lítið þvaður og píp.

Um leið og ég sá að allt var í lagi sneri ég mér við.

Hvar er ég? Ég hélt.

"Vanessa! Þú ert vakandi!" Sagði kona. Ég starði á hana áður en ég mundi hver hún var. Frú Cohen.

Þá fann ég hönd kreista höndina á mér. Ég sneri mér að manneskjunni sem hafði kreist handlegginn á mér. Jason.

Hvernig líður þér? "Hvernig líður þér?" spurði frú Cohen. Þegar ég kom aftur til hennar opnaði ég munninn og reyndi að tala, en það var ómögulegt.

Hún sleit fingrunum og mær kom inn og kom með bolla af vatni. Hún stakk mér það í munninn og ég drakk það ákaft.

Hún spurði: "Hvernig líður þér núna, elskan?"

Ég þvingaði út röddina og sagði: „Mér er illt í hausnum". Mér er svo sárt í hausnum að ég legg höndina á það. Mér fannst líka svima.

Manstu eftir því að þú varst með saum í hársvörðinni? sagði frú Cohen. Ég þrýsti augabrúnunum saman.

Manstu eitthvað frá síðustu viku? spurði Jason mig og kreisti hendurnar á mér.

Síðustu viku? spurði ég um leið og ég dró hendurnar aftur.

"Já,"

Hvað gerðist? "Hvað gerðist?" Ég spurði.

Ég reyndi að rifja upp hvað gerðist í síðustu viku.

Jason sneri sér að frú Cohen.

Ég hallaði mér og hugsaði betur og reyndi að gleyma hamrinum. Svo gerðist allt - það sem hafði gerst. Ég skalf.

Hvað gerðist í síðustu viku? "Hvað spurðirðu?"

"Já."

Þá spurði ég: "Hvar er ég?"

„Við erum á besta sjúkrahúsi borgarinnar. „Við erum á besta sjúkrahúsi borgarinnar," sagði frú Cohen og glotti.

Veit fjölskyldan mín það? sagði ég.

Frú Cohen kinkaði kolli og svaraði: "Nei."

Núna geta foreldrar mínir haldið að mér líði vel.

Ég hristi það af mér. Af hverju var ég að hugsa um þá þegar þeir neyddu mig til að gera þetta?

"Ég er þreyttur og vil hvíla mig." Ég spurði.

"Jú elskan", svaraði frú Cohen strax og gekk í átt að dyrunum.

"Sofðu rótt. Ef þú þarft á mér að halda, hringdu þá bjöllunni. Sagði hún þegar hún gekk frá hurðinni.

Ég horfði upp í loftið í smá stund og blikkaði svo.

Af hverju hverfur sársaukinn ekki bara?

Ég spurði. Það var sárt í hvert skipti sem ég snerti musterið mitt. Ég lá á rúminu og starði upp í loftið þar til augnlokin féllu.


~~

Næst fannst mér eins og höfuðið á mér hefði verið að berja í vegginn þúsund sinnum. Hjarta mitt sló í gegn og ég fann heiminn snúast.

Píp, píp. . . Píp, píp. . . Píp, píp. . . Píp, píp

Ég opnaði augun, en það var of bjart. Ég lokaði þeim svo aftur. Ég reyndi að stilla augun með því að opna þau aftur. Það var bjartur morgunn. Mér er illt í hausnum þegar ég hreyfi mig, svo ég skellti mér í augun til að sjá gluggann.

Píp, píp. . . Píp, píp. . . Píp, píp

Ég hallaði augunum þannig að ég gæti séð allt herbergið. Herbergið var mun fjölmennara en síðast.

Höfuðið á mér snerist aftur. Mig langaði til að fjarlægja alla vírana og hætta pípunum. Pípin voru pirrandi og lét hausinn á mér snúast.

Svo heyrði ég mjúk fótatak og hvíslaði fyrir utan ganginn.

Þegar ég leit á hurðina var hún alveg lokuð. Ég veit ekki hvernig allt hvíslið heyrðist, en

Það kom bara til mín. Ég bara gat það.

"- var skrítið. Elskan, fyrir 3 dögum hegðaði hún sér undarlega. Hún byrjaði að stækka langar neglur. Háhljóð rödd talaði og ég þekkti hana strax sem frú Cohen.

Læstirðu hurðinni og geymdir þetta herbergi öruggt? Þú veist að annað fólk, þar á meðal hjúkrunarfræðingar, getur ekki séð það. Önnur rödd sagði: Ég vissi að þetta var Jason.

"Já, þetta er allt undir stjórn. Við skulum athuga með hana." sagði frú Cohen. Það voru frú Cohen, Jason og hurðin sem opnaðist.

Jason leit út eins og hann hefði ekki sofið í langan tíma. Augu hans voru dauf og hann hafði poka undir þeim. Það leit út fyrir að hann vildi sofa. Frú Cohen leit aftur á móti út eins og Miss Sunshine.

"Ahh, Vanessa, hvernig er allt?" "Ahh, Vanessa, hvernig er allt?" spurði frú Cohen og settist við hliðina á mér til að ná í bolla handa mér. Hún setti það á varirnar mínar og ég drakk. Þegar ég var búinn, dró ég það frá mér og hún setti það niður. Hún settist á rúmið.

Þegar ég sá neglurnar mínar vissi ég að þær voru að tala við mig.

Var það vegna þess að ég var vond manneskja að neglurnar mínar urðu lengri ???? Ég kyngdi og hugsaði.

"Vanessa, hvað er að? Af hverju horfir þú á neglurnar þínar með viðbjóði? "Neglurnar þínar eru fallegar. "Neglurnar þínar eru fallegar," sagði frú Cohen og klappaði blíðlega á hendina á mér.

Var það ég sem þú varst að tala um? Ég spurði. Ég spurði.

Hvað meinarðu elskan? Frú Cohen brosti og spurði. Ég gat sagt að þetta væri falsað.

Þú talaðir um mig í salnum, er það ekki? Ég spurði.

Þegar frú Cohen varð föl sagði hún: "Þú hefur heyrt allt?"

"Er ég sá sem er að leika upp?" Ég spurði. "Og ég er sá með langar neglur?"

" . . . Já." Frú Cohen svaraði: "Vegna þess að þú ert nú varúlfur." Þú hefur farið í gegnum öll skrefin: að spila út, lengja neglur og vígtennur og vera með silfurlit augu.

"Silfur augu?" "Silfur augu?"

Frú Cohen kinkaði kolli og síðan leitaði hún í gegnum veskið sitt til að ná í spegil. Ég leit í spegilinn hennar. Hún var ekki að ljúga. Ég var með silfurgljáandi augu. En þeir hurfu fljótt.

Það er nú gróið. „Þetta var ekki alvarlegt, það var gott að við gátum bjargað þér áður en eitthvað alvarlegt gerðist." sagði frú Cohen.

"Pabbi sagði að þú gætir farið bráðum." Þú getur verið á sjúkrahúsinu í einn dag í viðbót eða farið innan klukkustundar eftir að þeir hafa gert allar aukaskoðanir. Jason leit út eins og hann ætlaði að geispa og sagði: "Ég gæti verið einn dag á sjúkrahúsinu í viðbót eða ég gæti farið klukkutíma síðar."

"Bíddu áður en þú gerir eitthvað. Taktu þessar pillur. Höfuðið er enn aumt. "Borðaðu bara matinn, og þú munt hafa það gott." sagði frú Cohen. Ég tróð pillunni upp í munninn á mér. Ég myndi gera hvað sem er til að létta mig Mér leið strax betur eftir að ég kastaði vatni í munninn.

Ég anda djúpt inn og hugurinn er skýr. Mér hefur ekki liðið svona vel í mjög langan tíma.

Hvað hefur þú verið lengi á sjúkrahúsi?

"Í um það bil 1 og hálfan mánuð." sagði frú Cohen.

Í stað þess að bregðast við spurði ég: "Má ég fara í dag?"

Ég vildi sleppa við öll píp og ping.

"Ég myndi örugglega segja þeim að athuga brottför þína." sagði frú Cohen.

"Ég skal." sagði Jason þegar hann gekk út úr herberginu.

Frú Cohen hló: "Þú hefur ekki hugmynd um hversu mikið hann vildi að þú vaknaðir og kúrðir við hliðina á honum."

Ég roðnaði jafn rautt og þroskuðustu tómatarnir. Þegar hún truflaði þá ætlaði ég að mótmæla því að við sofum ekki saman.

„Strákur, þú ættir að sjá þennan gaur. Hann gat ekki farið út úr byggingunni þegar við sögðum honum það. „Það eina sem hann gerði var að stara á þig og drekka kaffi allan daginn."

Ég roðnaði enn meira. Þessi kona myndi ekki leyfa mér að hætta að roðna.

„Hann svaf varla neitt, hann sefur bara í nokkrar mínútur."

"Mamma, læknir kemur til að athuga með þig." Jason kom aftur og ég rannsakaði andlit hans í smá stund. Hann lítur út fyrir að vera ofurþreyttur. Í þessari viku leit hann út fyrir að vera gamall.

Við vorum komin í eðalvagn innan við klukkutíma eftir að læknirinn hafði lokið skoðun sinni.

Ég sat í bílnum mínum og hugsaði.

Þegar þú ert ekki viss um hvað er að gerast er gott að hafa alltaf einhvern við hlið sér. . . . jafnvel þótt þú elskir hann ekki.

Var það sjálfselska? Var það sjálfselska?

Það næsta sem ég vissi var höfuð á öxlinni á mér. Jason var þarna þegar ég leit niður. Þegar ég ætlaði að stinga höfðinu af öxlinni á mér hugsaði ég um allt sem hann hafði gert fyrir mig. Ég ákvað að gefa honum eitthvað til baka og leyfa honum að vera.

Ég horfði á hann í nokkrar sekúndur þar sem ég hafði aldrei séð hann sofa áður.

Ég sá að ljósa hárið á honum virtist svolítið út í hött. Nefið mitt var svo nálægt hárinu hans að ég fann lykt af daufu sjampói sem og daufa keim af Köln. Að vera svona nálægt honum fékk mig til að svima. Heilinn minn neitaði að leyfa mér að líta undan. Héðan sá ég falleg og löng gyllt augnhár. Þau flæktust og ég roðnaði meira. Nefið var beint og sólbrúnan var eins og sólskoss. Jafnvel þegar hann var með poka undir augnlokunum var hann gallalaus. Munnur hans var örlítið opinn og ég heyrði hann anda þungt. Fingur hans runnu til og féllu á berum handleggjum mínum.

Þegar ég fann náladofa á húð hans, hertust brjóstvöðvarnir og öndunin hraðar.

Þegar við nálguðumst húsið ýtti ég honum varlega, en hann vaknaði ekki, svo ég sló honum. Hann vaknaði strax og nuddaði bæði augun.

"Var þar." „Við erum þarna," sagði ég, sneri mér frá honum og fór út úr bílnum.

Ég hljóp inn í húsið og leit í kringum mig.

Hvað get ég fengið þér, fröken Cohen?" „Cohen?"

"Frú Cohen?" Ég spurði. Ég spurði.

"Viltu borða?" Þegar vinnukonan spurði, áttaði ég mig á því að ég yrði svangur.

Vinnukonan fór fljótt eftir að ég kinkaði kolli. Ég skipti í nýjan búning og gekk upp á aðra hæð í svefnherberginu mínu. Ég gekk niður stigann til að athuga hvort maturinn minn væri tilbúinn. Það var. Ég borðaði máltíðina mína með hungraðri matarlyst.

Ég elska mat! " sagði ég og brosti með sjálfum mér.

Eftir að ég var búinn að borða tók ég silfurpilluna. Mér fannst ég syfjaður samstundis. Þegar ég tók eftir því að Jason var þegar sofandi í sófanum sínum skipti ég í náttfötin og fór upp í svefnherbergi. Þegar mér var orðið heitt sofnaði ég strax.


~~

Ég vaknaði morguninn eftir og fann að sólin skein á andlitið á mér. Mér leið miklu betur en í gærkvöldi. Jason var hvergi sjáanlegur þegar ég teygði úr mér. Ég hristi höfuðið og stóð upp. Ég vaknaði og gerði mig tilbúinn fyrir morgunmat. Jason er sá eini sem vantar.

"Hvar er Jason?" "Hvar er Jason?" spurði ég og morgunverðardiskur var settur fyrir andlitið á mér.

Hann sagðist vera að gera eitthvað mjög mikilvægt í dag. "Frú Cohen glotti og sagði."

"Ó." "Ó," svaraði ég og hélt áfram að borða.

Vanessa, ég hef góðar fréttir fyrir þig. Cohen sagði: „Ég hef séð heilsufarsárangur þinn og þær eru mjög góðar. Ég hélt að þú þyrftir ekki að taka fleiri lyf. "En ef þú átt í einhverjum vandræðum, vinsamlegast segðu mér það strax."

Ég kinkaði kolli. Eftir að ég hafði klárað morgunmatinn stoppaði frú Cohen og bað mig um að koma upp.

"Vanessa elskan, viltu ekki frekar fara út en vera föst í þessu herbergi?" "Vanessa, elskan, viltu ekki fara út í stað þess að vera föst í herberginu?"

Ég kinkaði kolli, "Já."

„Jæja, við skulum klæða okkur upp og halda til borgarinnar. „Jæja, við skulum klæða okkur og við gætum farið inn í borgina.

Ég opnaði skápahurðina og gekk inn í herbergið. Ég andvarpaði.

Hvernig vel ég úr svo mörgum valkostum?

Ég starði á sólkjól í nokkrar sekúndur. Ég er venjulega ekki í sólkjólum en ég gerði það í dag. Sunny var svo góð að setja samsvörun af skóm undir kjólinn.

Ég klæddi mig í flýti og hélt niður að útidyrunum. Mér var fljótt afhent sæta regnhlíf frá vinnukonunum. Límóíð var þegar fyrir utan húsið og beið eftir mér.

Dyravörðurinn opnaði hana fyrir mér og frú Cohen kom inn fyrir aftan mig. Um leið og við komum inn í bílinn byrjaði frú Cohen að tala.

Hvernig gengur? Hún spurði.

Ég stoppaði og byrjaði að segja: "Það-"

"Vanessa, elskan, ég vil ekki að þú lýgur að mér. Segðu mér hvað þér finnst og vertu hreinskilinn. "Ég veit að við drifum okkur öllum saman og ýttum á þig til að gera allt, en segðu mér hvað þér finnst."

Ég hallaði bakinu að leðursætinu og frú Cohen nuddaði hendina á mér.

„Ég veit það ekki. „Ég veit það ekki. Allt sem ég get sagt er að ég hef engar tilfinningar fyrir sjálfum mér og ég efast um að ég muni nokkurn tímann gera það."

Bíllinn var hljóður og ég heyrði vélina suð.

Og vertu heiðarlegur." „Og vertu hreinskilinn." „Og vertu hreinskilinn?" spurði frú Cohen.

Ég hugsaði mig um augnablik; hvað er það sem mér líkar mest við hann?

"Ég veit það ekki. Ég veit það eiginlega ekki. "Mér finnst bara ekki gaman að verða ástfanginn núna. Ég sagði: "Ég vil ekki giftast og vera einhleypur."

Frú Cohen kinkaði kolli, en það var erfitt að segja hvað hún var að hugsa.

"Elskan, gefðu honum ekki tækifæri til að sjá hvað gerist."

Ég kinkaði kolli, en ég vissi að ég meinti það ekki. Bíllinn stoppaði beint fyrir framan veitingastaðinn. Það leit út eins og 5 stjörnu veitingastaður.

Þetta er uppáhaldsmatstaður Jasons." „Þetta er uppáhaldsmatstaður Jasons," sagði frú Cohen við mig og geislaði á mig. Ég freistaðist dálítið til að losna við lyktina sem kom frá veitingastaðnum.

Við fengum okkur strax gluggasæti þegar við fórum inn.

Þetta er uppáhalds borð Jasons. Frú Cohen. Ég verð að viðurkenna að mér líkar líka við þennan veitingastað. Ég tók upp matseðil til að finna eitthvað að borða. Ég pantaði númerið 7 þó ég vissi það ekki - það er uppáhaldsnúmerið mitt. Frú Cohen var með númerið 29 og pantaði salat. Máltíðin var borin fram á skömmum tíma og ég elskaði hana. Þetta er svo gott. Ég brosti að innan.

Vanessa, fullt tungl nálgast. sagði frú Cohen.

Ég kinkaði kolli og svo komu nokkrar spurningar upp í hausinn á mér: "Svo snúum við okkur í átt að varúlfi á fullu tungli?"

Frú Cohen glotti og kinkaði kolli: "Þetta verður gaman. Passaðu þig bara." Við gátum gert hvað sem við vildum þennan dag, þar sem úlfarnir yrðu miklu fleiri. Við getum glímt, veidd og gert ýmislegt annað. Augabrúnir mínar og augu hækkuðu.

"Eins og fullt tungl, myndu allir verða loðnir?"

"Já."

"En ég veit ekki hvernig á að verða úlfur."

Það er auðvelt." Það er auðvelt fyrir frú Cohen því hún hefur verið úlfur allt sitt líf.

Hún sagði: "Þú þarft aðeins að hugsa um úlfinn þinn til að hann vakni. Þú verður að nefna úlfinn þinn, og þá, á fullu tungli, verður þú að úlfi. Þú gætir talað við maka þinn þegar þú snýrð þér að úlfur.

"En ekki...?"

"Nei, þú gerir það ekki. Þegar þú breytist í úlfur getur hann bara heyrt í þér á þeirri stundu. Þegar þú bindur þig að fullu getur hann heyrt hugsanir þínar að eilífu."

"Óhh,"

Ég hélt að það gæti allavega einhver heyrt í mér þegar ég varð úlfur. Ég yrði ekki eins rugluð.

Þá fór ég að velta fyrir mér, hvernig væri úlfurinn minn? Mun úlfurinn minn bara vakna þegar ég segi „úlfur?

Úlfur, ég ætla að prófa það!

Hæ!!!! Sagði rödd og ég datt næstum úr stólnum.

"Vanessa? Er allt í lagi með þig?" "Vanessa, er allt í lagi með þig?" spurði frú Cohen.

Veistu, ég er viss um að úlfurinn minn hefur vaknað. "sagði ég og skammaðist mín."

Frú Cohen hló og klappaði mér á höndina. Ég roðnaði.

Það er vandræðalegt! Ég hef sagt úlfinum mínum.

Úlfurinn minn hló og spurði: "Hvað viltu að ég heiti?"

Þegar ég segi nafnið mitt, mun ég reyna að vera loðinn úlfur?

Úlfurinn minn sagði Nei við mig aftur.

Þú heitir. . . Við skulum skoða. . . Layla!

Ó, það er nafn myrkra fegurðar! sagði Layla.

Hún truflaði mig og sagði: "Ó já, yngri bróðir Jasons James kemur í dag." Við skulum fara af stað svo þú getir séð hann."

Við borguðum og fórum svo að bílnum. Ökumaðurinn hóf akstur.

Ég held að þér muni líka við Jennifer McCoy. sagði frú Cohen.

"Jennifer McCoy?" "Jennifer McCoy?"

"Kærasta James."

"Ó,"

"Frú Cohen er hún mannleg?"

Hvar heyrðirðu það? Hún hljómar áhyggjufull.

Ég vildi ekki koma hjálparmönnum mínum í vandræði, svo ég sagði þeim að ég hefði heyrt um það einhvers staðar.

"Jæja, nú þegar hún er úlfur, þá var hún manneskja." Hún gekkst undir það ferli að verða úlfur.

Ég kinkaði kolli.

"Ó já, ég gleymdi því. Við höldum trúlofunarveislu fyrir þig og Jason." "Ó, já," svaraði frú Cohen og klappaði báðum höndum.

Ég brosti hálfkærlega.

Þú munt elska það, ekki hafa áhyggjur.

Hvernig geturðu sagt það?

Þú ert félagi hans. Ég tók ekki eftir Laylu.

"Ég er búinn að skipuleggja allt. Ekki hafa áhyggjur. Allt verður frábært !!!" "Ég er búinn að velja allt út og ekki hafa áhyggjur, allt verður FAB!!!" sagði frú Cohen.

Bíll er lagt fyrir framan hús. Fyrir utan stendur annar bíll.

"Ó, bara á réttum tíma!" "Ó, bara í tíma!" sagði frú Cohen og hún fór fljótt út úr bílnum sínum. Dyravörðurinn opnaði það fyrir James og Jennifer. Jennifer kom fyrst út og starði á mig í nokkrar sekúndur áður en hún brosti. James fylgdi á eftir.

Ég horfði á James í nokkrar sekúndur. Hann var myndarlegur og auðvitað myndi hann eignast jafn fallega stelpu og Jennifer.

Ég rétti þeim höndina þegar ég nálgaðist.

Vanessa. "Halló, þú ert líklega Jennifer McCoy." " sagði ég og tók í höndina á henni.

Ég rannsakaði James í nokkur augnablik þegar ég gekk að honum. Hann er með ljóst hár Jasons og vinaleg rafblá augu móður sinnar.

"Hæ, James, ég er Vanessa." Hann brosti og tók í höndina. Mér leist strax vel á hann.

"Allt í lagi, elskan. Við skulum fara inn og fá okkur te." Við gengum inn í borðstofuna og frú Cohen talaði. Á borðinu var te, vatn og smákökur.

Jennifer sat beint á móti mér.

Layla sagði: "Hún er úlfur núna."

WHO?

Jennifer

Hefur hún farið í gegnum ferlið?

Hún var allt öðruvísi en þú og batnaði áður en hún kom.

"Hvar er Jason?" James sleit mig út úr 'samtalinu'.

"Ó, ég held að hann hafi verið úti í smá stund, hann sagði mér að hann væri að gera eitthvað mikilvægt." "Ó, hann fór út í eina sekúndu. Hann sagðist vera að gera eitthvað mikilvægt."

Vanessa, hvernig gengur? sagði Jennifer.

Það er fullkomið hérna.

"Og hvernig hefur Jason það? "Hvernig hefur Jason það?"

"Þetta er fullkomið!" "Þetta er fullkomið!" hrópaði ég og falsaði bros.

"Ó, það er frábært. "Ég hef heyrt svo mikið um ykkur.

"Í alvöru?" "Í alvöru?" spurði ég og hún kinkaði kolli.

Hún sagði: "Ó, bless, þú mátt kalla mig Jen. Mér líkar ekki við fornafnið mitt." sagði hún brosandi.

Afsakið að ég trufli, en ég er með nokkrar fréttir! „Ó, stelpur," sagði frú Cohen. Hún brosir eins og engin mistök séu í tilveru hennar. Hún lætur það hljóma eins og hún eigi mjög auðvelt líf.

Ég var að spá í að vera með samkvæmisdanstíma. sagði frú Cohen.

"En -!" Við Jan byrjuðum.

"Ó, ekki hafa áhyggjur. Ég er að ráða kennara til að aðstoða ykkur." Hún talaði hratt.

"Ég -!" Ég byrjaði.

Ég skal sjá um það! Ég mun ráða besta danskennara í öllum heiminum!!!!" Hún brosti og tók upp símann sinn til að hringja í danskennara.

"Ég kann ekki að dansa!" "Ég kann ekki að dansa!" sagði ég við Jen.

Hún sagði: "Það get ég líka!" og brosti.

Ég glotti; Ég vissi að ég myndi líka elska þessa stelpu.

Svo lét frú Cohen símann sinn á borðið. Hún öskraði. Augu mín stækka. James roðnaði og lagði andlitið í handlegg sér.

"HÚN RÁÐI, HÚN RÁÐI! JÁ! DANSKENNSLA HEFST Í KVÖLD!" Hún tísti, stóð upp og sagði: "Ég verð að skjótast. Sjáumst!" Hún fór út úr herberginu.

"Hvað -?" Ég byrjaði.

sagði James og lyfti höfðinu og ég hló. James lyfti höfðinu og ég hló.

James sagði: "Hún gerir það í hvert skipti sem hún er spennt." sagði James.

Ég hló enn hærra.

Dyrabjöllunni hringdi og vinnukonan fór snöggt að grípa hurðina.

"Það er líklegast Jason." sagði Jen.

Jason sá James þegar hann gekk inn um dyrnar á borðstofunni.

James sagði: "Ó, bróðir minn, það er svo gaman að sjá þig." sagði James.

Hversu lengi hefur þú verið hér?

Bara smá bið."

Jennifer McCoy (þú getur kallað mig Jen) sagði: "Halló, Jason. Ég er Jennifer McCoy."

Jen stóð upp til að hrista hendur hans.

Halló, ég verð að fara." Jason ætlaði að fara þegar hann kallaði á mig.

Má ég líka fá afsökun? Ég spurði.

Jason fylgdi mér upp stigann. Við náðum inn í herbergið.

"Gettu hvað?" Ég spurði hann og hann svaraði: "Ég á eitthvað handa þér."

Þögn.

"Uhh, þú ferð fyrst." "Ég sagði.

"Nei, farðu." sagði hann um leið og hann settist á stólinn.

Hún vill að við lærum samkvæmisdansa. Hún vill að við lærum samkvæmisdansa."

„Ég veit ekki af hverju þú sagðir honum það," svaraði ég.

Hvað viltu að ég segi núna? "Ég spurði."

Við stoppuðum bæði og sögðum: "Ummm... jæja, gleymdu því."

"Segðu mér." "Ég sagði."

"Nei, ég skal segja þér það næst." sagði Jason.

sagði ég og stóð fyrir framan hann. "Allt í lagi. Þá verður þú að segja mér hvað er í töskunni." " sagði ég og stóð fyrir framan hann.

"Næst." sagði hann og stakk töskunni ofan í eina skúffu sína. Ég rúllaði augnlokunum og gekk burt. Ég fór á klósettið og fór í bað. Ég leit í kringum mig í rýminu.

Hann er ekki þarna! Ég hélt að það væri kominn tími til að sjá hvað er í töskunni!

Ég sneri mér að skúffunni þar sem hann hafði sett pokann. Renndu því upp, og þar var boxer-skúffan hans. Ég roðnaði. Taskan sem hann var með var ofan á boxerunum hans.

Kassinn var inni í töskunni. Ég opnaði hana hægt. Ég opnaði kassann með brosi. Mér var brugðið. Í kassanum var stærsti demantshringur sem ég hafði nokkurn tíma séð.

"Vá, þetta er fallegt." "Vá, þetta er fallegt," sagði ég og glotti.

Ég vissi ekki að Jason væri svo góður að kaupa gjöf handa móður sinni! Ég hélt.

Er það ekki frábært að hann sé svona góður? spurði Layla.

Hann gæti verið mjög ljúfur og umhyggjusamur um eitthvað, en hann myndi gera eitthvað sem er bara...

"Vanessa?" spurði Jason. Fallegur hringurinn flaug af fingrinum á mér og upp á teppið þegar ég hoppaði.

Ég baðst afsökunar og stóð fljótt upp og sagði: "Ég ætlaði ekki að hella gjöf móður þinnar á gólfið!"

Ég skrapp að týnda hringnum á teppinu. „Fyrirgefðu, ég ætlaði ekki að óhreinka fallega hringinn og mig langaði bara að skoða hann." Fyrirgefðu -

Hann hló og greip fundahringinn úr hendinni á mér.

Það er allt í lagi og þessi hringur er ekki fyrir mömmu. Þetta er fyrir þig. "Ég er ánægður að þér líkar það." Jason brosti og sagði.

Ég roðnaði og sagði, „Ó", hljóðri röddu.

Hann hló: "Það er í fyrsta sinn sem ég sé þig roðna." Ég roðnaði meira og sló aðeins í kinnar hans.

Þú hefur séð hringinn. "Ég hélt að þetta yrði eitthvað sérstakt, en ég býst við að þú hafir verið of forvitinn." Húð mín varð strax heit þegar hann tók í höndina á mér.

Hann lagði hringinn varlega á fingur minn. Hann setti lítinn koss á varirnar á mér eftir að hafa borið höndina mína að vörum hans. Ég fann varirnar hans á húðinni á mér. Þær voru fullar, búnar og mjúkar. Ég roðnaði og skalf.

Það er fallegt og það passar fullkomlega við höndina á mér. Langur, þunnur fingur með áberandi, fallegan hring!

Mér fannst innra sjálfið mitt dansa smá þegar ég hugsaði.

Ég brosti.

Það er í fyrsta skipti sem ég sé þig brosa líka. Það er líka kynþokkafullt þegar þú ert með tvær dældir á brosinu þínu. Jason stríddi mér í eyrað á mér og heitur andardrátturinn hans hitaði eyrun mín. Ég roðnaði og skjálftinn jókst.

"Hæ!! "Hættu þessu, myndirðu? "Ég spurði.

"Nei ég mun ekki!" Jason stríddi mér og kreisti höndina sem hann hélt enn í. Svo þagnaði í herberginu. Þetta var gleðileg þögn, ekki óþægileg. Ég tók eftir því hversu náin við vorum og fann hvernig ég brosti breiðari. Við vorum svo nálægt að tær okkar snertust. Ég tók eftir því hversu hærri Jason er en ég. Hann var um 6 fet eitthvað. Hann beygði sig og ég sá hversu þykk og þung augnhárin hans voru. Það var draumkenndur grænn litur í augum hans. Ég fann og heyrði hann anda. Heitur andardráttur hans var aðeins nær. Ég fann lyktina af sjampóinu hans og cologne. Hann færði sig nær og hárið huldi augu hans. Ég sá að varir hans voru aðeins í sundur.

Svo roðnaði ég. Er hann að fara að kyssa mig núna? Ég hélt.

Hjartað fór að slá í brjóstið á mér þegar ég roðnaði meira. Ég andaði aðeins hraðar og vonaði að hann tæki ekki eftir því. Það var aðeins tommu á milli okkar á vörum okkar og ég gerði það sem mér datt í hug: ýtti honum í burtu. Eftir að ég ýtti við honum varð ég dauðhrædd.

Hönd hans gat runnið frá mér þegar ég steig ómeðvitað til baka. Andlitið á mér er að verða heitara.

Ég sneri mér frá vegna þess að ég vildi ekki sjá andlitssvip Jasons, en ég fann hvernig hann horfði á mig.

Ég sé eftir því en ég vissi ekki alveg hvað ég ætti að segja ef hann kyssti mig.

"Um, ég er með spurningu. "Um, ég er að velta fyrir mér hvers konar hringur þetta er," spurði ég vandræðalega. Ég var að reyna að forðast að búa til undarlegt og hljóðlaust andrúmsloft, en ég vissi að ég myndi gera það. Þegar ég þvingaði mig til að horfa á Jason leit hann snöggt undan þegar við hittum augun, ég blikka á hann, en hann jafnar sig fljótt.

Hann tók í höndina á mér og færði sig nær.

"Umm... köllum þetta loforðahring." sagði Jason.

Ég brosti til þín og spurði: "Hverju hefur þú lofað?"

"Ég fullvissa þig um það." . "Ég mun gleðja þig og þú munt elska mig." sagði Jason af öryggi. Ég hló að honum.

"Allt í lagi, þú lofar?" "Ertu viss?" spurði ég og rak bleikuna mína út.

"Já, ég lofa. Jafnvel síðasta hlutinn." Hann sagði: "Þú munt verða ástfanginn einn daginn." Hann vafði bleiku sinni utan um minn og við hristumst.

"Samningur." "Samningur." sagði hann og ég glotti.

Þegar ég var barn var ég vanur að gefa rosa loforð. Ég var alltaf að gera þetta alltaf þegar það var stór viðburður. Nú þegar ég er næstum því 18 ára lofa ég pinky því það var mikilvægt. Ég velti því oft fyrir mér hverju aðrir lofa mér. Ég velti því alltaf fyrir mér hvort þeir standi við orð sín eða hvort þeir séu að ljúga. Sumum loforðum gleymi ég en ég mun aldrei gleyma því sem ég gaf.

"Allt í lagi, nú er dansinn dama inn, herra fyrir utan, dama inn, herra fyrir utan!!!!!"
Bex, danskennarinn okkar, öskraði á mig. Ég hrökk við. Hingað til hef ég hatað það.
Ég hef ekki náð einu skrefi rétt í 3 tíma af samkvæmisdansi. Ég andvarpaði að innan.
Það er svo asnalegt og heimskulegt!!!!

Layla: Ég býst við að dans sé ekki í uppáhaldi hjá þér. Ég andvarpaði.

"Færðu hægri fótinn fyrst." hvíslaði Jason.

"Ég gerði!" "Ég gerði!" svaraði ég. Undanfarna klukkutíma hef ég verið að flækjast við
Jason og hrasað á honum og mínum EIGIN fæti.

"Við skulum gefa þér nokkur ráð. Þegar þú dansar einbeitirðu þér að fótunum og
heldur takti í hausnum !!!!" Bex öskraði aftur og horfði beint á mig.

Ég rak upp augun og leit undan.

Hún hjálpar ekki neitt. Það eina sem ég heyri er öskur. Það eina sem ég veit er að hún
hatar mig og hún elskar að öskra.

Gerðu bara eins og ég segi og þú munt ná árangri. Jason bauðst til að hjálpa. Ég
kinkaði kolli. Ég kinkaði kolli.

"A 5, A 6, a 5, 6, 7!!!!" Bex öskraði.

"Inn - hægri fótur, utan - vinstri fótur -"

Ég féll á eigin fótum.

"Vá!" "Vá!" Ég lokaði augunum og bjóst við að detta á andlitið. Í staðinn lenti ég á
brjósti Jasons.

Ég andvarpaði.

"Guð minn góður, Jason, er allt í lagi með þig???"? Bex hljóp til hliðar hans og reyndi
að hjálpa honum upp. Bex hljóp til hliðar hans til að reyna að hjálpa honum. Ég rak
upp augun.

Fyrst hélt ég að hún myndi hjálpa honum því hann var prins.

Layla svaraði: "Þú verður bráðum konunglegur."

Bráðum, vona ég!

Ég reyndi að standa upp og ranghvolfdi augunum, en þá tók ég eftir því að ég var með
mikinn verk í vinstri fæti.

"Átjs!" "Átjs!" hvíslaði ég. Jason sneri sér að mér.

"Ó, Vanessa, það er allt í lagi með þig. Við skulum sjá hvað er að gerast." Jason virtist
áhyggjufullur. Bex stóð hægt upp.

"Ó, þetta er bara smá mar." Hún svaraði: "Það er ekkert."

"Farðu og fáðu þér ís!" sagði Jason.

Er allt í lagi? spurði Jen. Ég kinkaði kolli. Ég hallaði mér til hliðar þegar ég stóð upp.

"Sittu hér." James klappaði á stól við hlið sér.

Ég andvarpaði og sagði: "Þetta var hræðileg lexía."

James brosti, "Alls ekki."

Ég sagði, "HEYY!!! Ertu að stríða mér ????"?

Hann brosti: "Já!" Náðu í mig ef þú getur!

"HÆ!!! "Já, þú ert að stríða mér aftur!!! Jen, farðu og náðu James, mín vegna. Berðu hann." "Ég sagði við Jen. James og Jen fóru fljótt út úr danssalnum.

„Ég get ekki kennt honum um að vilja stríða þér um dansinn þinn. Jason brosti. Ég kinkaði kolli.

"OG NÚ ertu að stríða mér ????" Ég greip koddann af sætinu og kastaði honum í hann. Hann forðaði sér undan koddanum með snöggum rennibraut og glotti.

Náðu mér ef þú getur. hvíslaði Jason í eyrað á mér. Ég roðnaði, greip annan kodda og sló hann. Þó ég roðnaði varð ég að viðurkenna að það var mjög gaman þangað til Bex kom með klaka.

Hún henti næstum mér íspokanum. Hún hatar mig án nokkurrar ástæðu, ég sver það. Hún fór út úr herberginu án þess að segja orð. Ég stundi.

Hvað er að? spurði Jason.

"Hún hatar hana." Ég andvarpaði.

"Nei það gerir hún ekki." sagði Jason.

Ég sagði: "Já, hún gerir það. Sjáðu hvernig hún lítur á mig." Ég sagði: "Ég veðja að enginn líkar við mig."

"Það er bara ekki satt!" sagði Jason og tók mig undir handlegginn. ég roðnaði; Mér líkaði tilfinningin um hlýju hans vera nálægt mér.

Ég vildi vera svona að eilífu en endaði með því að hreinsa röddina.

"Ummm... mig vantar sárabindi." " sagði ég vandræðalega og ég stóð upp."

Ég fór út úr herberginu án þess að segja orð. Ég fór inn í birgðaherbergi og náði í sárabindi. Ég teipaði sárabindið við fótinn á mér. Hverjum er ekki sama þótt það líti undarlega út?

Eftir að ég var búinn ákvað ég að fara í göngutúr. Ég greip jakkann minn og fór út um dyrnar.

"Bíddu, Vanessa." Jen var að flýta sér að ná mér.

"Hæ, Jen." "Ég sagði."

Hvert ertu að fara?" "Mig langar að fara með þér." Hún svaraði. Hún sagði. Jen var rauð.

Mig langar aftur inn í skóginn. Af hverju ertu svona rauður og hver er ástæðan? Ég spurði. Meyjan lokaði hurðinni þegar við gengum út.

Hún sagði, "Óh," hljóðlega. "Við kysstumst." Ég glotti. Ég var ánægður fyrir þeirra hönd.

Þögnin var löng og viðvarandi. "Af hverju ertu svona falleg?" Svo gallalaus og hamingjusöm??

"Okkur???? Hvað meinarðu ???"

"Þú og James eruð fullkomið par. Þið rífast aldrei eða virðist vera reið út í hvort annað. Í fyrsta skipti sem ég sá parið ykkar var ég afbrýðisamur. "Þið tveir voruð svo nánir að ekkert hefði getað skilið ykkur að." "sagði ég. Í kringum okkur fóru nokkur laufblöð að falla af trjánum. Ég andaði að mér fersku, köldu lofti.

"Öfundsjúk???" Jen spurði: "Hvernig?? Hvernig geturðu átt svona yndislegan strák eins og Jason? Þið virðist líka vera höfðingjapar."

Ég hnussaði aðeins.

Fullkomið??? Jen sagði að það væri auðvelt vegna þess að hún er falleg. Hrokkið, appelsínugult hárið hennar var laust og ósnyrtilegt. Hún var líka með freknur á nefinu. Hún var frjáls að elska hvern sem hún elskaði; hún var ekki neydd til að giftast neinum eins og ég.

"Hvað!!!???" Hún sagði: "Þú lítur vel út með Jason." Ég sneri mér undan. Ég var hikandi við að tala en neyddi mig til þess.

"En við verðum ekki saman eins og þið eruð." hvíslaði ég.

"Hvað hvað?! Ekki satt??"

Ég yppti öxlum.

Þú munt líka við hann á eftir, ég lofa því. Hún sagði.

Ég yppti öxlum og sagði: „Ég bara get það ekki. Hjarta mitt getur það ekki.

Jen lyfti augabrúnunum, "Þvingaðu þig til að reyna og þér mun líka við hann einn daginn."

Ég hristi höfuðið.

"Komdu, hann er mjög góður. Hann fékk þér demantshring!" Jen talaði. Jen tók eftir hringnum. Ég hélt að enginn annar gerði það.

"Ætli það ekki." „Ég býst við," svaraði ég og kinkaði kolli.

Þú ert heppin! Hún tók síðan upp höndina á mér til að skoða hana.

"VÁ!" VÁ! Hún hvíslaði: "Þú ættir að vera svo glaður að þú eigir einhvern eins og hann."

~~

"Byrjaðu upp á nýtt!" Bex öskraði, "EINHVER er ekki að gera það rétt!"

Ég rúllaði augnlokunum. Það vita allir að þetta var ég því hún starði á mig.

Ég byrjaði að læra samkvæmisdansa.

"Hærri vopn!" Bex sló vinstri handlegginn á mér meðan hann öskraði í eyrað á mér.

Ég reyndi að væla ekki eftir harða smellinn hennar.

"Fætur saman!" öskraði Bex enn einu sinni. Ég sver, ég er að verða heyrnarlaus.

"Stattu beinni!" Hún potaði í bakið á mér og sagði: "Stattu réttari!" Ég var kæfður af því.

Ég krosslagði hendurnar og fór út úr stöðunni.

Ég horfði á hana og sagði: "Ég ætla ekki að taka þetta meira!" Ég stend þegar beint. Nú þegar er ég að halda handleggjunum nógu hátt. Ég er nú þegar að halda handleggjunum nógu hátt. Viltu vinsamlega halda höndum þínum fyrir sjálfan þig ef þú ætlar að kenna? Finndu einhvern sem leyfir þér að skella tíkinni á þá!" "Sagði ég hátt við hana."

Þeir myndu gera það ef reykur gæti komið úr eyrum hennar.

"Og við the vegur... ég hætti í heimska bekknum þínum!" "Sagði ég og stappaði mér út úr kennslustofunni. Þetta er líklega slæm hugmynd og ég er nú þegar með mar, skel og pota á fótinn. Ég trúi ekki að ég hafi ekki gefist upp fyrr.

"Vanessa!" "Vanessa!" James snerti handlegginn minn áður en ég tók eftir því.

"Ó, hæ?" "Ó, hæ?" Hann brosti.

Hann sagði: "Halló."

Hataðirðu samkvæmisdanstímann? Ég öskraði. Ég roðnaði og huldi munninn.

Hann hló: "Kennarinn?" Sorta?"

Ég rak augun í augun.

"En samkvæmisdans, dansinn er mjög skemmtilegur!" Sagði hann.

"Ég efaðist!" "Ég efaðist!" Ég svaraði og rak augun í augun aftur.

„Ég er ekki að grínast! „Við skulum sjá hvað ég get gert," sagði hann og brosti.

Hann greip í höndina á mér áður en ég gat sagt nokkuð og leiddi mig inn um ganginn.

Hann dró mig inn í annan danssal.

Þetta herbergi var risastórt og glæsilegt.

Hversu mikið pláss hefur þú fyrir samkvæmisdansa?

"Tveir."

"Allt í lagi, tilbúið? "Ég ætla að kenna þér hvernig á að dansa og elska það."

Að minnsta kosti einhver góður getur kennt mér að brosa.

Komum okkur í stöðu. Ég komst í stöðuna.

Þú minnir mig á yngri árin mín. „Ég var vanur að hrasa um sjálfan mig allan tímann.

„Ég var vanur að þvælast um sjálfan mig," sagði hann og hló að sjálfum sér.

Ég hló og sagði: "Ég er líklega sá versti."

"Eiginlega ekki." „Í rauninni ekki," sagði hann og hló svo.

Hvaða dans myndir þú vilja læra fyrst?

"Taktu það."

Danshreyfingarnar eru hlið, hlið, hlið saman. Prufaðu það. Sagði hann.

"Aftur", ég færði fótinn til hliðar. „Til baka", ég færði annan fótinn aftur. "Til baka", ég ýtti öðrum fætinum aftur. "Nú, hlið saman." "Nú, hlið saman," sagði ég um leið og ég færði annan fótinn minn til vinstri.

"Rétt?" "Rétt?" spurði ég ákafur. Hluti af mér hélt að ég hefði gert þetta rétt.

"Rétt!"

Ég hrópaði: "ÉG GERÐI það!! ÉG GERÐI, ÉG GERÐI! Ég faðmaði James án þess að hugsa.

"Ég er svo stoltur af mér!" "Ég er svo stoltur af sjálfum mér!" hrópaði ég og flissaði eins og fífl. Það er frábært að gera eitthvað rétt.

"Takk!"

"Verði þér að góðu." Sagði hann. Ég bakkaði og roðnaði.

"Allt í lagi, reyndu það hraðar en án þess að rekast á þig."

Ég kýldi hann létt í bringuna og komst svo aftur í stöðuna.

"Aftur, bak, bak, hlið, saman!" "Bak, bak, hlið saman!" sagði ég upphátt og dansaði gleðilegan dans.

Leyfðu mér að sýna þér hvernig á að gera restina. Þú gerir það tvisvar, síðan í þriðja skiptið ferðu afturábak, ruggar líkamanum með skrefi, tekur svo annað skref og hliðar saman. Sagði hann.

"Til baka, til baka. Taktu steinskref, taktu annað steinskref og hliðu saman. sagði ég. Þú gerðir það.

Það er gott að hafa rétt fyrir sér

Njóttu þess, og mundu það

Slagurinn er T - A (N - G - O) þar sem þú veist nú þegar skrefin. Ef þú ert ekki að hreyfa þig hefurðu gert eitthvað rangt. Sagði hann.

Ég kinkaði kolli ákaft.

"Ertu tilbúinn að æfa?" Sagði hann.

"Já!" Ég öskraði.

"Viltu dansa við mig í kvöld, frú mín?" Hann talaði með þykkum breskum hreim. Það minnti mig á klassískar kvikmyndir og rómantík. Hann rétti fram höndina og hneigði sig fyrir mér.

„Já," svaraði ég og brosti. Hann kyssti höndina mína létt áður en við komumst í stellingar. Ég roðnaði.

Tónlistin byrjaði þegar við komumst inn í dansrammann okkar.

"A 1, A 2, a 1, 2, gerðu þig tilbúinn 3." Sagði hann.

Til baka, áfram, áfram, hlið, með hléi. Taktu steinskref, eða steinskref, og hliðaðu saman. . .

Tónlistinni lauk og ég glotti.

Þetta er frábært!

Hann kenndi mér danshreyfingarnar þar til ég náði því rétt.

Ég hljóp niður ganginn og inn í eldhúsið og glotti.

"Ég er að svelta!" Þegar ég horfði á bak við mig, brosti ég.

Við skulum fá okkur snarl." sagði hann og við litum í kringum okkur í eldhúsinu.

"Bíddu... það verða engar rottur eða skordýr hérna inni, ekki satt?" "Hvað er í gangi?" spurði ég og leit í kringum mig.

"Nei, ég held að þú munt aldrei sjá einn." Sagði hann.

"Má ég fá parfait?" spurði James einn höfðingja.

Hvað viltu? spurði James mig.

Ég glotti og sagði: "Ég elska parfaits!" Vinsamlegast gerðu þetta tvö. Ég hrópaði: "Gerðu þetta tvennt, PLÍS!" yfir öxl James.

Ég fór úr eldhúsinu til að setjast við borðið.

Hvaða dans finnst þér skemmtilegast? „Svo hvaða dans finnst þér best?

Meyjan límdi gafflana, skeiðarnar og hnífana.

"Rúmban!" Sagði hann.

"Jæja, ég er tangóinn."

"Ertu bara að segja það vegna þess að þú þekkir ekki hina dansana?" sagði hann og brosti.

Ég hló og sagði: "Já,"

Hann brosti og tók í hendur.

Hvaða dans lærðir þú fyrst? Ég spurði.

"Merengue."

Næst verður þú að sýna mér hvernig á að gera þessar danshreyfingar. "Ég sagði.

"Jú." sagði hann og brosti.

Það var óþægileg þögn þar til hann rauf hana.

"Ó, ég gleymdi!" James stökk upp og sagði: "Hvernig gat ég gleymt?"

"Hvað?!" "Hvað?" spurði ég og lyfti augabrúninni.

"Bíddu! Bíddu bara. Ég kem aftur eftir augnablik, allt í lagi?" sagði hann og hljóp út úr borðstofunni.

Hann kom aftur augnabliki síðar, höndin falin fyrir aftan bak.

— Kemur þetta á óvart? Ég hló.

Hann svaraði: "Já, ég er sammála. OK, lokaðu augunum." Ekkert að kíkja."

Ég get ekki hætt að brosa þegar ég loka augunum.

Ég heyrði tösku ryslast og boga opnast.

"Búið?" "Búið?"

"Næstum, en ekki kíkja." Sagði hann.

Ég sá einhvern halla sér fram og fyrir aftan mig. Hjarta mitt sló af hita James nálægt líkama mínum. Mér fannst eitthvað slétt og flott fara um hálsinn á mér. Ég heyrði litla spennu.

"Opnaðu augun núna." Sagði hann. Höndin mín flaug upp að hálsinum og ég horfði niður. Þetta var einfalt, fallegt, stafa V-laga hálsmen. Ég var undrandi.

James sagði: "Þetta er mjög einfalt, og ég vissi ekki hvað ég ætti að kaupa þér, eins og þú veist." James klóraði sér í hnakkann.

Ég glotti og sagði: "Ég elska þetta hálsmen. Það er fallegt."

Hann roðnaði og sagði: "Ó."

James settist niður og parfaits komu.

"Við skulum grafa inn!" "Við skulum grafa inn!" sagði ég og byrjaði að borða.

"Mmmh," það er mjög gott.

James, ég er að ráða þig sem danskennarann minn. Bex er rekinn! " sagði ég og brosti.

James hló, "100 dollara á klukkustund!"

Þá hætti ég!" En ég hætti!" Við hlógum bæði.

"STÚLKUR og STRÁKAR!" "STÚLKUR OG STRÁKAR!" sagði frú Cohen þegar hún gekk inn í borðstofuna með Jason og Jen á eftir sér. Hái 4 tommu hælinn smellti hátt á marmarann.

Jason og Jen settust niður og stundu. Jason horfði á mig til að sjá hvað vandamálið væri. Hann horfði beint á hálsinn á mér. Augu hans virtust vera við það að skjóta upp úr tóftunum hans og auga hans horfði snöggt á fingur minn.

Frú Cohen brosti og klappaði hátt.

"Jæja, ég hef góðar fréttir." Hún sagði með ofurhári rödd: „Mér fannst trúlofunarnótt Jasons og Vanessu fyrir Vanessu og Jason færa til fyrri dags.

Jason og ég vorum einu tveir mennirnir sem vöktu athygli þeirra.

Þegar ég borðaði parfaitinn minn fann ég að ávöxturinn sem ég var að tyggja festist í hálsinum á mér. Augu mín stækkuðu. Jason, sem var mjög óviss, ræsti sig um leið og ég kafnaði og hóstaði.

"Er allt í lagi?" "Er allt í lagi?" spyr frú Cohen eins og hún sjái ekkert vandamál. Hún horfði á mig og sagði: "Fyrirgefðu, en ég veit að þú ert að ýta mér til hins ýtrasta - snemma trúlofun, samkvæmisdans og skipuleggja hjónaband. En allt verður í lagi, allt í lagi elskan?"

Ég kinkaði tregðu kolli og brosti eins og allt væri í lagi.

Hún sagði við Jason: „Og Jason, þetta er ekki svo slæmt, allt í lagi? Vinsamlegast treystu mér.

Jason lyfti báðar augabrúnunum og yppti öxlum.

"Og fyrir Jennifer og James mun ég byrja að hugsa um brúðkaupið þitt." Frú Cohen brosti og talaði í draumkenndum tón. Hún tók saman höndina og andvarpaði.

Allt í lagi, elskan, farðu aftur í vinnuna þína, allt í lagi? Ó, og við the vegur, þetta voru góðu fréttirnar. Hún sagði.

Hún sneri sér að mér og gekk svo í burtu.

Vinsamlegast komdu inn í herbergið mitt.

Í orðatiltæki.

Ó, drengur!

Það verður ekki slæm mynd. . . Ég trúi því að Layla hafi sagt.

Já, sagði ég í kaldhæðnum tón.

Pushing the Night of the Engagement verður ekki eins slæmt og þú heldur

Þetta verður vont, hugsaði ég.

Layla hafði lofað að þú myndir elska hann.

Ég fylgdi frú Cohen upp stigann.

"Sitstu, elskan." Þegar ég var á skrifstofu frú Cohen sagði hún við mig. Ég settist á stól og lagði hendurnar saman og þrýsti þeim mjög þétt saman.

"Vanessa, ég veit að þú átt í einhverjum vandræðum með Jason, svo ég ákvað að hvetja þig og Jason til að vera meira saman. Frú Cohen sagði. Hvernig vissi hún að Jason og ég værum ekki svo náin? Hún hafði rétt fyrir sér.

Hvernig ætlarðu að gera það? "Hvernig ætlarðu að gera það?" Ég þrýsti hendurnar fastar.

Frú Cohen hló og andvarpaði. "Eins og þeir gera í dag." "Fara á stefnumót."

"Stefnumót?" "Stefnumót?"

"Já. Stefnumót."

"Hvar?"

Ég mun leyfa þér að ákveða hvert þú ferð. "Ég skal leyfa þér að ákveða það." sagði frú Cohen.

Ég held aftur af mér andvarpi og rek svo augun.

Hún brosti. Hún glotti.

Það segja allir

„Þetta er allt í dag. Frú Cohen svaraði: "Ó já, á morgun er dagsetningin, svo ekki hafa áhyggjur. Valerie, Sunny, Vicky og Beth munu hjálpa þér." Jæja, bless elskan."

Ég stóð upp, og þegar hún var ekki að horfa á mig, rúllaði ég augnlokunum. Ég fór af skrifstofunni og andvarpaði.

Ó FRÁBÆRT!!! DAGSETNING ER AÐ KOMA SNJÓR!!! Ég hélt.

# Kafli 6 - Það er stefnumót!

"Pss pss - vaknaðu!! Einhver hvíslaði í eyrað á mér.

Ég stundi og reyndi síðan að reka það í burtu.

"Vaknaðu, Vanessa!"

"Þegiðu, Jason!" "Þegiðu, Jason!" sagði ég hlægilega.

"Það er ég, Beth! Nú, vaknaðu! "Flýttu þér!!

Ég andvarpaði. Hver er Beth??

Ég leit í kringum mig og sá Sunny, Vicky og Beth.

Hvað er að? "Hvað er að?" spurði ég og nuddaði augun. Valerie andaði, hljóp til mín og byrjaði að rífa í gegnum hárið á mér.

Dagsetningin þín er í dag! Beth útskýrði allt og ég gat tekið undir það allt.

Hvað er klukkan núna? Ég spurði.

"3:00."

"3:00!! -!!"

"SHHH!! Jason er enn sofandi!! Vicky huldi munninn minn, hristi þumalfingur aftur og sagði. Hún fjarlægði varirnar og ég andvarpaði.

Ég þarf ekki að fara á fætur svona snemma til að undirbúa mig, er það?

"Já, þú gerir það. Þú þarft þann tíma. Stattu nú upp!" hvíslaði Beth.

Þetta hefur verið hræðileg byrjun.

Líf karla er auðveldara. Þær þurfa ekki að hafa áhyggjur af útliti sínu, þær þurfa ekki að raka sig eða plokka, þær þurfa ekki að vera í óþægilegum skóm og þær gera ekkert sem stúlkur gera.

Sunny mætti á klósettið eftir að þeir voru búnir að raka fæturna á mér, gerðu húðina mína ljómandi og mýkri auk þess að mýkja hárið.

Vinsamlegast ekki vera í þessum kjól. Ég er ánægður.

"Ó, þú ætlar að klæðast því!" sagði Sunny.

Ég þagnaði og spurði: "Hvað nú?" Nei takk?"

Engin andlit! Þú verður að klæðast þeim!

Það er kalt úti því það er haust!

"Jæja, ég býst við að það sé ástæðan fyrir því að þú átt Burberry jakka." Sunny svaraði.

Ég andvarpaði. Þetta eru vonlaus rök hjá þeim.

Sunny fór og náði í skóinn á meðan Sunny hjálpaði mér að fara í kjólinn.

Sjáðu, ég ætla að koma heim og frysta rassinn á mér. Ég sagði.

"Nei, við gerum það ekki. Við elskum þig. K??" Vicky kyssti kinnar mínar.

"Ég fann skóinn!" sagði Sunny um leið og hún faldi skóinn fyrir aftan bak sér.

"Kæri Jesús Kristur. Gefum okkur eina mínútu til að biðja um að Sunny hafi ekki verið að tala um skó með háum hæl. Ég hef nú þegar þjáðst nóg. Að vera vakinn og ekki séð sólina, í kjól á ískaldum degi , og að þurfa að fara á stefnumót með Jason, Guð, hjálpaðu mér !!!!" Ég dró andann mikið og sagði: "Amen."

Sunny hló og sagði: "Jæja, giska á, þetta er háhæll!"

Ég dó næstum því.

Vinsamlegast láttu mig ekki ganga í hælum; Ég er nú þegar með kjól." Ég brosti og gaf krúttlegu andliti hvolpsins.

„Engin andlit! „Háhælar eru lokasvarið.“ Sunny lagði hendurnar á mjaðmirnar.

Það er alltaf annað par af skóm meðal 200 þöranna sem myndu líta meira aðlaðandi út en háir hælar. Eins og. . . Eins og, um. . . Uppáhalds strigaskórnir mínir !!!!" "sagði ég frábærlega.

"NEI!!! VEIT!! Strigaskór, nei, nei, nei. Drífðu þig! Við þurfum að farða okkur. Við erum að eyða tíma okkar með því að rífast! Valerie klappaði hendinni í viðleitni til að koma öllum á hreyfingu.

Ég andvarpaði þegar ég renndi fætinum í 100 tommu hælinn.

Hversu mikið er tommur? „Ég trúi því ekki að ég geti stigið upp og komið öðrum fætinum í hinn hælinn minn. Ég sagði.

Slakaðu á; hælurinn er aðeins 3 tommur á hæð. Sunny hjálpaði mér að fara í seinni skóinn.

Þegar ég settist upp sver ég að mér leið eins og ég væri 100 fet yfir jörðu. Þetta er í fyrsta skipti sem ég er í háum hælum.

Valerie leiddi mig að förðunarborðinu. Ég halla mér að henni ef ég dett. Valerie byrjaði að vinna töfra sinn þegar ég sat hægt. Þegar ég var búinn horfði ég á sjálfan mig í speglinum. Ég leit út eins og ég væri lifandi Barbie.

"Fallegt," sagði frú Cohen og fékk mig til að hoppa.

Þetta er í fyrsta skipti sem ég sé frú Cohen klædda í baðslopp.

Hún er tilbúin að fara. sagði Beth.

Sunny kom með Burberry kápuna. Hún hjálpaði mér að fara í úlpuna. Valerie lagaði hárið á mér, sem var stungið inn í úlpuna.

Jason beið fyrir utan eðalvagninn. sagði frú Cohen og glotti sem var smitandi.

Ég hallaði mér aðallega upp að Vicky þegar ég labbaði niður.

"Gangi þér vel." Vicky hvíslaði.

„Hún er ekki heppin, hún er FAB! Beth blikkaði.

Beth sagði okkur: "Ég elska þetta V-hálsmen." Við opnuðum útidyrnar. Það lítur vel út hjá þér.

Ég roðnaði og sagði: "James fékk það að gjöf."

Skemmtu þér vel með stefnumótinu þínu. Sólarljósið fór í augun á mér þegar hún opnaði hurðina.

Hérna eru sólgleraugun þín. Vicky gaf mér það og ég setti það inn.

"Allt í lagi skemmtu þér og farðu í bílinn!" Vicky hló og sagði: "Og Jason lítur vel út."

Ég horfði á hann. Allt í lagi, ég skal viðurkenna það. Hann lítur vel út. Hann var í hvítum botni með dökkum gallabuxum og hárgeli. Hann veifaði og ég gekk til hans í smáskref í von um að ég myndi ekki hrasa.

„Halló,“ sagði ég.

Þú lítur glæsilega út. Sagði hann.

„Þú lítur vel út," sagði ég.

Hann brosti til mín með milljarða dollara brosi.

"Förum." Jason opnaði bílhurðina. Þegar Jason leit ekki, sneri ég mér við og veifaði.

Beth blikkaði og Vicky bjó til tvö hjörtu með höndunum. Ég hló eins og hálfviti og settist inn í bílinn.

Hvert viltu að ég fari með þig? spurði Jason.

Ég yppti öxlum.

Við skulum borða fyrst. sagði Jason.

Ég kinkaði kolli.

Þú veist að þú lítur vel út. sagði Jason.

Ég roðnaði.

"Ég sé að James keypti þér hálsmen." sagði Jason þegar hann hallaði sér inn til að taka hálsmenið úr hendi sér. Þegar hann teygði fram höndina snerti fingurinn beina brjósthúðina og sendi áfall í gegnum allan líkamann minn. Ég fann smá hroll.

"Já." „Já," svaraði ég og reyndi að vera eins kyrr og hægt var.

Svo dró hann höndina frá sér og færði mig í fingurgóma. Það sendi áföll í gegnum allan líkamann minn.

"Og þú ert enn með hringinn minn?" Hann spurði.

Ég roðnaði þegar ég sagði: "Já."

Ég horfði niður á fætur mína. Jason dró hendina frá sér og hann stakk hárstreng á bak við hægra eyrað á mér. Ég sver að Jason er farinn í daðraham.

Hvar ætlum við að borða? "Hvar ætlum við að borða?" spurði ég og horfði á loftið.

"Á uppáhalds brunch staðnum mínum."

"Uhhmmmm," sagði ég. "Það er mjög gott!"

Hann hló og stakk bláberjapönnuköku upp í munninn með hlynsírópi, ís og smá ís. Ég hrifsaði glasið og drakk um helminginn af því. Ég glotti.

Jason greip í handlegginn á mér og hljóp út þegar við kláruðum. Hann henti hundraðdala seðlinum á skrifborðið.

Gafstu þeim 100 dollara fyrir aðeins tvo hluti? "Hvað?" Ég hló.

"Já... ég býst við, það er soldið fyrirhafnarinnar virði." Hann brosti og yppti öxlum.

Limóið byrjaði að hreyfast um leið og við stigum inn í farartækið.

Hvað er næst? spurði Jason mig, án þess að vita að ég hélt enn í höndina á honum.

Jason herti gripið á hendinni á mér um leið og ég ætlaði að draga hana í burtu. Ég roðnaði.

Við erum að fara í skemmtigarð," sagði hann.

"Ég hef ekki farið í nokkurn tíma." Ég sagði.

"Já ég er sammála." "Gamladaga." sagði hann og hristi höfuðið. Ég hló.

"Ég elska stuðara bíla." "Ég sagði.

„Sama aldur þinn, þú munt aldrei komast yfir stuðarabíla." Sagði hann. Ég brosti. Það er erfitt að trúa því, en Jason og ég eigum margt líkt.

Við komumst í skemmtigarðinn á skömmum tíma.

Er þetta glænýr skemmtigarður? Ég spurði.

"Já,"

"Förum!!!" "Förum!" Ég öskraði og hvatti hann til að flýta sér.

Komnir voru tveir 50 dollara miðar.

"Studdarabílar fyrst!" "Studdarabílar fyrst!" Ég öskraði og hljóp í átt að stuðarabílunum. Mennirnir hrópuðu leiðbeiningar þegar við stigum inn í bílinn.

"Ertu tilbúinn að skemmta þér?" spurðu mennirnir þá.

"Já!" "Já!"

"Allt í lagi, tilbúið, sett, farðu!!!!!!!" Hann öskraði og allir byrjuðu á stuðarabílunum sínum.

Jason varð fyrir miklu höggi þegar ég hraðaði bílnum mínum á fullan hraða.

"Ég skal ná þér!" Jason hljóp til mín og sagði.

"Nei, ég er ekki reyndur bílstjóri!" "Nei, ég er ekki reyndur bílstjóri!"

Ég keyrði afturábak og ók á vegginn á móti. Jason byrjaði að hlæja eins og brjálæðingur. Ég roðnaði af vandræðum.

Hey, ég veit ekki hvor pedallinn fer fram eða aftur!" hrópaði Jason með hnefann upp í loftið.

Hálfviti, þú þarft að færa stuðarabílinn þinn! "Þú ert að loka á mig!" Hrópaði feitur krakki fyrir aftan mig.

Jason hló hærra.

Ég lamdi mig andlega

Ég ætla að sýna honum hver er að fara að hlæja á endanum!

Ég rakst á hann einu sinni enn þegar ég keyrði. Við héldum áfram að rekast hvor á annan og ég rakst á hann við veggina.

Mennirnir hrópuðu: "Allt í lagi. Tíu sekúndur í viðbót áður en þessari lotu lýkur."

Mennirnir hrópuðu. Ég ákvað að þetta væri rétti tíminn til að koma Jason aftur.

Mennirnir byrjuðu að telja aftur á bak og ég rak á Jason. Ég hló; ég ætlaði að fíla þetta!!

Ég fann Jason og ég réðst fljótt á hann. Hann ætlaði að ná mér þegar stuðarabílarnir stoppuðu og vekjarinn hringdi.

Horfðu á !!!" öskraði Jason. Ég öskraði og losaði öryggisbeltið fljótt til að geta hlaupið. Ég hefði getað hlaupið hraðar ef 3 tommu hælinn minn væri ekki svo hár. Ég hljóp að rólunum sem myndu lyfta þér fyrir ofan jörðina og fá þig til að snúast um og hring ég brosti.

"Gotcha!" öskraði Jason um leið og hann vafði handlegg um mig. Þegar ég sneri mér við heyrði ég öskur.

Svo byrjaði hann að kitla í maganum á mér. Þetta var kitlandi svæðið mitt. Ég hló svo hátt að ég gat ekki andað og hausinn á mér fór að verkjast.

". . . Mér er illt í maganum!" "Það er sárt!" Ég andaði frá mér. Ég hallaði mér að honum til að ná andanum.

Eftir að ég hafði loksins náð andanum sagði ég: „Við skulum fara á háu rólana". Á þá var bent.

"Jú."

Þegar ég sat í rólunni fór ég úr skónum.

Hvað ertu að gera? Jason hló.

Ég sagði: "Bara ef skórinn detti af fótunum á mér á meðan við erum í loftinu." Ég sagði.

Hann hló.

Sunny mun öskra ef ég missi 4 tommu Jimmy Choo skóinn minn." Ég grínaðist.

Hann hló.

"Allt í lagi!! Hlustaðu ALLIR LEYGJA ÖLLUbeltið, OG ÉG KEM TIL AÐ SJÁ. Eftir það byrjar ferðin !!!" Mennirnir sem voru í forsvari hrópuðu. Ég setti á mig öryggisbeltið og beið þar til það byrjaði.

Ég fann sveifluna stíga upp í loftið. Ég horfði á Jason og öskraði. Hann brosti til mín. Ég brosti og hristi skóinn minn til hans. Þegar sveiflan náði um 50 fet hætti hún.

Ég horfði niður í fæturna á mér og glotti. Ég sá að einhverjir voru að fylgjast með okkur. "Jason!!! VIÐ ERUM SVO HÁR!!!" Ég öskraði á hann, "ÞAÐ ER FALLEGT HÉR!"

Hann kinkaði kolli.

"Tilbúið, fólk?" Ræðumaðurinn hélt áfram og ég leit niður. Ég sá að fleiri voru að koma til að sjá ferðina okkar.

"JÁ!!" Allir hrópuðu: "JÁ!" Tónlistin byrjaði að spila og sveiflan byrjaði að sveiflast. "WHOOOOO!" "WHOOOOO!"

Við vorum hátt yfir jörðu og það var ótrúlegt. Ég hélt að við værum 70 fet yfir jörðu þegar ég leit niður.

"JASON, ÞETTA ER SVO GAMAN!" "JASON, ÞAÐ ER MJÖG GAMAN HÉRNA!" Ég öskraði á hann (samhliða skónum mínum). Ég sneri mér að honum og sá að hönd hans var líka á lofti.

"Vúú!" Allir hrópuðu: "Whooo!"

Áður en við snertum niður tók ferðin smá stund. Ég fór treglega í skóna og gekk til Jasons.

Við héldum deginum áfram og þegar við vorum þreytt fórum við að bílnum okkar. Jason hélt á dós og ég hélt á sælgætisstaf.

Erum við að fara heim? — Eigum við að fara heim núna?

„Nei," sagði maðurinn.

Hvert erum við að fara? "Hvert erum við að fara?" spurði ég hann og leit upp.

Við ætlum að ganga á ströndina og setjast síðan á klettana til að horfa á sólsetrið.

Hversu langt er næsta strönd? Ég spurði.

Ekki mjög langt. "Bíddu, það er rétt handan við hornið." Jason benti út um framgluggann.

Bíllinn stoppaði og ég opnaði hurðina til að ganga inn á göngustíginn. Ég tók skóinn úr mér og setti hann í bílinn. Jason hélt í hendurnar á mér og við gengum í svala sandinum.

Þú veist að fullt tungl nálgast, ekki satt? spurði Jason.

Ég kinkaði kolli.

Hvað geri ég á fullu tungli? spurði ég, dálítið heimsk, allt í lagi. Mér finnst mjög heimskulegt að spyrja.

Hann hló, "Þú hleypur, veiddu -"

Ég hætti að ganga

"VEIÐA?!" Ég tísti.

Hann hló, "Já,"

"Eins og að borða húð dýrs og -"

Hann hló og sagði: "Já en þú munt njóta þess."

Ég tautaði: "Ég er að fara að æla."

Hann hló.

"Og ég verð allt loðinn og svoleiðis?" Ég hélt áfram að ganga eins og ég spurði.

"Já ég býst við."

Hvað gerist ef ég villist á meðan ég er að veiða?

Þú getur alltaf talað við mig í hausnum á þér og grenjað. Mate Howl er það sem það heitir.

"Ó, og -"

Þú spyrð margra spurninga, þú veist.

"Já, ég veit það, og . . . gerum við það - alveg sama." Ég roðnaði og hvíslaði.

Hvað, segðu mér?" Jason togaði í höndina á mér.

"Nei, það er vandræðalegt." "Nei, það er vandræðalegt."

Segðu það bara.

„Allt í lagi, eigum við að... Þú veist... „Förum við nakin þegar varúlfurinn okkar breytist í varúlf?" „Hvað meinarðu?" spurði ég með höfuðið lækkað.

Hann hló, "Já." Þú verður nakinn."

"Ó." sagði ég rólega. Jason hló.

"Ó, hvenær geta varúlfar heyrt alveg hver í öðrum?" Ég spurði.

Þegar þau eru formlega pöruð.

Hvað gerist þegar þeir bíta hver annan? "Eins og þegar þeir bíta hvort annað?"

"Já. Viltu að ég sýni fram á?" spurði hann og brosti.

Hann kyssti hálsinn á mér áður en ég gat einu sinni svarað. Hann nartaði í kragabeinið mitt og hálsinn.

Ég roðnaði. Andardráttur minn var að flýta sér.

"Jason! Hættu!" "Hættu!" sagði ég og reyndi að ýta honum frá mér.

Hann kyssti mig á kjálkann og hálsinn í síðasta sinn áður en hann bakkaði.

Hann sagði: "Þetta var bara sýnikennsla. Pörun er dýpri en það." "Og þú lyktar eins og appelsínu og ferskju."

Ég roðnaði fast.

Hann beygði sig niður til að þefa af mér aftur.

Ég roðnaði enn meira.

"Vá! Þú ert rauður!" Hann hló. Hann tók í höndina á mér og hélt áfram að ganga.

Hann snerti kinnar mínar með fingrinum.

"Og kinnar þínar verða hlýjar." Hann hló.

Ég sló hann með leikandi höggi.

Mér er alvara; þú lyktar af appelsínu og ferskju. Hann sagði að "hver úlfur hafi sína einstöku lykt og aðeins makinn finnur sterka lykt af henni."

Þú þarft ekki að finna lyktina af mér! " hrópaði ég.

Hvað finn ég lykt af? Jason hló og spurði.

"Ég veit ekki."

Þú veist það, svo segðu það bara.

"Ég geri það ekki."

Jason stoppaði og faðmaði mig fast.

Núna veistu.

Ég hló. Ég lokaði augnlokunum og dró andann lengi. Mig svimar þegar hann finnur lyktina af mér. Það eykur líka sjálfsálit mitt.

Ég opnaði augnlokin og sagði: "Fínt. Þú lyktar eins og sjampó og ilmvatn."

Við byrjuðum að klífa hæðina.

Erum við komin? Ég spurði.

„Mjög nálægt, aðeins nokkur skref að brún þessa kletti.

Við héldum áfram að klifra þar til við komum upp á bjargbrúnina.

Ég sagði: "Það er fallegt hérna uppi." Ég sagði.

Jason dró mig til að setjast við hlið sér.

"Fallegt, ha?" Jason bað mig að setjast við hlið sér.

Hvenær uppgötvaðirðu það? "Já, hvenær uppgötvaðirðu þennan stað?" spurði ég og lagði höfuðið á axlirnar á mér.

"Ég veit það ekki. Er bara að fagna hérna með vinum mínum á miðstigi þegar við útskrifuðumst." Hér grillum við. „Það kom mér á óvart hversu fallegur staðurinn er."

Mér líkar vel hérna. "Mig hefur alltaf langað til að sjá sólina fara niður með einhverjum."

Ég get horft á sólina fara niður með þér. sagði Jason.

Ég brosti og lyfti höfðinu. "Við ættum að koma hingað oftar."

Jason brosti þegar hann lagði handlegginn um hægri öxl mína. Hann færði höfuðið til mín. Ég fann lyktina af bæði sjampóinu hans og cologne. Ég gæti ímyndað mér Jason í sólsetrinu. Hárið og augnhárin voru gullin. Húð hans var ljómandi. Þau voru ljósbleik og full. Þau eru mjög kyssanleg. Þegar ég vissi hvað var í vændum fann ég hjartsláttinn og fann blóðið streyma að eyranu. Úlfurinn minn brosti til mín og ég fann að kinnar mínar roðnuðu aðeins. Í þetta skiptið langaði mig að kyssa hann.

Ég hallaði mér inn þar til við vorum aðeins tommur á milli. Ég fann úlfinn minn hoppa að innan þegar ég hallaði mér inn og horfði á kjálkann á honum. Í þetta skiptið lokaði Jason tommunni og varir okkar voru í sambandi.

Ég hafði ekki hugmynd um hvað mér leið. . . Það er erfitt að koma því í orð. . . Það leið eins og fugl hefði loksins lært að fljúga og loks blómstraði. Ég fann snertingu hans á axlir mínar og mitti og neistana sem komu frá vörum mínum. Ég hreyfði varirnar í takt við hans.

Fyrsti kossinn minn. Minn allra fyrsti koss. Fyrsti kossinn minn með Jason.

Jason.

Ég vissi ekki hvað koss er, og jafnvel þó ég gerði það myndi mér líklega finnast það ógeðslegt, en eftir að ég komst að því,. . . Ég hef kysst einhvern og núna skil ég hvers vegna fólk vill kyssa sína fyrstu ást á unga aldri.

Þetta er hinn fullkomni fyrsti koss.

Það er fallegt að kyssa einhvern þegar sólin sest og í lokin dagurinn fullur af minningum.

Þessi koss er nákvæmlega það sem ég bjóst við og kossinn sem er til.

Þessi fullkomna tilfinning er ógleymanleg.

"Pss, pss, vaknaðu!!" Einhver hvíslaði að mér.

Ég hristi höfuðið og reyndi að ýta því frá mér.

"Vaknaðu, Vanessa!"

"Þegiðu, mig langar að sofa," muldraði ég.

"Þú fékkst nóg af fegurðarsvefninum þínum. Þú verður að vakna núna." Sagði einhver við mig.

Ég kvartaði aftur.

"Þú svafst nú þegar í 2 daga."

Ég dró djúpt andann og settist niður og nuddaði augun.

"2 dagar?" spurði ég hægt.

"Já." Ég settist upp og ég sá Vicky, "Hey Vicky."

"Morgunn."

"Af hverju vaktirðu mig svona snemma?"

"Ó, frú Cohen vill tala við þig." Vicky var að laga hárið á mér. "Hún bíður á skrifstofunni sinni. Og þú ættir að drífa þig; hún fer bráðum í vinnuna."

Ég brosti.

"Farðu að klæða þig. Þú vilt ekki sjá hana svona." sagði Vicky.

"Jæja, hvað er klukkan?" spurði ég.

"Um 5:30."

"Hæ, og hvar er Jason?" Ég spurði.

"Ó, hann er að undirbúa sig fyrir skólann. Hann er í skóla í dag."

Skóli

Ég var að hugsa. Það er eins og heil öld síðan þegar ég fór í skóla. Ég verð að viðurkenna að þó ég eigi ekki kunningja eða kærasta þá er ég enn að missa af skólanum. Mig vantaði menntaþáttinn.

Ég hljóp inn á klósettið og Sunny færði mér fötin. Ég breytti og fór í vinnuna hennar.

Ég nálgaðist hana við dyrnar.

"Komdu inn!" „Komdu inn! Cohen hringdi.

Ég opnaði hurðina og ég brosti.

„Dagurinn, frú Cohen," svaraði ég kurteislega.

— Góðan dag, Vanessa. Frú Cohen sagði brosandi: "Vinsamlegast sitjið hér."

Ég sat rólegur.

"Svo, frú Cohen, ég var að spá í hvað ég er að gera hér."

"Jæja, ég vil tala við þig."

Ég brosti.

"Svo, hvernig var dagsetningin?" spurði hún.

"Já, það var allt í lagi, þetta var ekki slæmt og við, þú veist, þú veist, um... já." Ég var í bláæð. Ég er ekki viss um hvað ég á að segja eða hvernig ég á að segja "koss" í viðurvist frú Cohen.

Ég tuggði varirnar.

Frú Cohen hló og þú gat séð vinstri dæluna hennar.

"Ó, þú ert svo sætur; ég er svo fegin að þú og Jason eruð félagar, og ég er feginn að ég tók upp."

Ég var að roðna.

„Jæja, þar sem stefnumótið gekk vel, verð ég að verðlauna þig með einhverju. sagði frú Cohen.

Ég þagði um stund og hugsaði um hvað ég vildi.

Ég á næstum allt. Þeir eiga peninga og mat; þeir eiga allt.

Ég ætlaði einmitt að svara spurningu hennar þegar hún sagði: "Kannski ætti ég að gera þetta oftar."

"Nei, nei - ég meina," svaraði ég um leið og ég huldi munninn, roðnaði, "ég er að segja að við skemmtum okkur konunglega. Við gætum samt haldið áfram að hittast ... Það myndi hjálpa ef þú sóar ekki þínum tíma. tíma að hafa áhyggjur af okkur. Ég sagði honum það og reyndi að búa til afsökun.

Frú Cohen hló aftur.

"Eyða tímanum mínum?" hún spurði. Hún hristi höfuðið. „Ég mun gera allt til að gera ykkur nær hvort öðru.

Ég tuggði þann hluta kinnanna sem var inni.

"Allt í lagi, við skulum fara aftur að samningnum. Hvað viltu, elskan?" sagði frú Cohen og brosti.

"Skóli."

"Viltu fá skóla sem heitir eftir þér?" Frú. spurði Cohen og glotti.

„Nei, nei, ég meina, ég vil fara í skólann," útskýrði ég fljótt.

"Ó, skólinn. En hvers vegna það? Það er svo margt þarna úti, og þú vilt fara í skólann?" "Afhverju er það?" spurði frú Cohen og notaði handbendingar.

„Jæja, ég sakna virkilega skólans og ég vil endilega halda áfram námi," sagði ég við sjálfan mig.

"Ó, þú ert klár stelpa." sagði frú Cohen og hló.

"Takk."

"Jæja, þú gætir farið í Berson College."

"Berson College?" Ég varð agndofa. Berson High School er virtasti menntaskóli hvar sem er í heiminum og aðeins snjöllustu og ríkustu nemendur í heimi geta farið í menntaskóla.

"Já, þú munt passa fullkomlega þar. Og ekki hafa áhyggjur, þú myndir komast strax inn því við styðjum skólann og án okkar væri nafn skólans ekki nafn hans. Og allavega, við gerðum skólann. " sagði frú Cohen.

"Ertu viss um að ég ætti að fara þangað?" Ég spurði.

"Já, og það er skóli fyrir varúlfa, svo þú þarft ekki að hafa áhyggjur. Jason verður líka þarna með þér og þið munuð hafa alla bekkina saman."

"Allir bekkir saman?" Ég spurði.

Frú Cohen kinkaði kolli frábærlega.

"Æ, elskan, og þú ættir að drífa þig í skólann á réttum tíma. Ég mun tala við skólastjórann og þú verður samþykkt áður en þú kemur í skólann, allt í lagi? Engar áhyggjur. Allt á mér." sagði frú Cohen og brosti.

Ég ætlaði að fara að útidyrunum og frú Cohen stoppaði mig.

"Ó, gleymdi næstum. Þú ert með klæðaburð," sagði hún. Hún hélt í hendurnar á henni, og stúlkurnar 6 komu inn í herbergið, hver um sig með einkennisbúning.

Ein konan hélt á hvíta hátoppinu mínu og Dr. Martens

skór með hnéháum sokkum, miðjupilsi á miðju læri, bindinu mínu og sæta skólajakkanum mínum.

Ég andaðist þegar ég sá einkennisbúninginn; það var glæsilegt. Það minnti mig á einkennisbúningana sem þú sérð í kvikmyndum eða bókum um hreyfimyndir. Ofur sætu einkennisbúningarnir sem allir myndu elska að prófa.

"Æ, elskan, þér líkar ekki einkennisbúningarnir? Ó, það er allt í lagi, ég mun láta þá endurhanna - "

"Nei, frú Cohen, ég meina, þeir eru mjög sætir, eins og þessir einkennisbúningar í bókum, þessir mjög sætu einkennisbúningar," svaraði ég og brosti.

Frú Cohen hló og sagði: "Flýttu þér elskan, Jason ætlar að fara hvenær sem er.

"Takk fyrir takk fyrir!" Ég hrópaði af spenningi.

Frú Cohen hló, "Flýttu þér núna og ég verð að hringja við skólastjórann."

Ég lokaði hurðinni og gekk inn í herbergið mitt. Meyjan fylgdi mér með mér og Valerie og Sunny voru þarna til að hjálpa mér að farða mig og farða mig.

Ég var búinn og var með eyrnalokk.

Ég er hamingjusamari en ég hef nokkurn tíma fundið fyrir.

"Jason, Jason!?" öskraði ég.

"Já?" Rödd Jasons hringdi þegar ég snerist um leið og hann kom út af morgunverðarsvæðinu.

Við horfðum á hvort annað í smá stund.

"Hvað ertu að gera í skólabúningnum mínum?" spurði Jason.

Ég horfði á hann og sagði: "Af því að ég er að fara í skóla með þér."

"Þú ert?" spurði maðurinn.

"Viltu ekki að ég geri það? Viltu að ég sé heimskur?" spurði ég og nuddaði augun.

"Nei, en -"

„Jæja, þá skulum við fara," sagði ég við hann, dálítið með grimmt bros. Ég hef aldrei verið svona kvíðin fyrir menntaskóla. Hins vegar vil ég upplifa hvernig það er í Berson menntaskólanum.

"Þú ert að gleyma iPadinum þínum."

"IPad?" Ég spurði.

"Við notum ekki bækur; við notum iPads. Halló, við erum nýja kynslóðin, engar handskrifaðar bækur lengur." sagði Jason og veifaði höndunum upp í loftið.

Ég starði á fæturna á mér, "Ætlarðu að gefa mér iPad?"

Hann sleit, og vinnukonan afhenti iPad. Önnur mær gaf mér iPhone.

„Takk,“ sagði ég og þau fóru.

Ég gekk út og í þetta skiptið notuðum við ekki eðalvagn; Jason ætlaði að fara með bílinn sinn í skólann.

Ég byrjaði að skoppa um í bílstólnum mínum.

„Þetta er ekki svo spennandi,“ útskýrði Jason.

"Segir þú." Ég sagði, gat ekki hjálpað mér að hlæja, "Ó og til hvers er iPhone?"

"Hringja? Senda SMS? Hvað sem þú vilt gera."

„Svalt,“ sagði ég og hann setti bílinn í gang fyrir ferðina í skólann.

Í ferðinni á leiðinni í kennslustund nuddaði ég þumalfingur og tuggði kinnarnar að innan.

Ef mér leiddist kveikti ég á iPadinum mínum og skoðaði hlutina sem ég hlaðið niður á iPadinn.

Ég varð agndofa þegar ég sá kort skólans. Skólinn var gríðarlegur!

Ég leit upp, andaði svo að mér og andaði djúpt. Ég setti iPad minn í svefn og byrjaði að nudda þumalfingur minn.

Ég gekk að Jason og starði á hann.

"Þú lofar því að þú myndir ekki missa mig í skólanum?" spurði ég og benti á bleika fingurinn minn.

Hann beindi sjónum sínum að veginum.

"Þú munt ekki villast. Það er innbyggt kort og þessi iPad rekur hvar þú ert - "

"Lofa?" spurði ég hann með röddinni og setti bleikjuna mína enn meira út.

Hann andvarpaði og tók bleiku minn.

"Allt í lagi, lofa."

Annað loforð

Ég snerti bleikjuna hans og brosti.

„Við erum næstum því komin“. Jason sagði: "Ég ætla að kynna þig fyrir nokkrum vinum mínum."

Ég byrjaði enn einu sinni að tyggja á kinnarnar.

„Þú þarft ekki að vera stressaður, bara skóli, venjulegur skóli,“ sagði Jason og greip í höndina á mér og nuddaði hana. Ég tók það af.

Ég sat í rýminu þar til ég tók eftir höfðingjasetri sem stækkaði þegar við gengum framhjá.

„Við erum hér,“ sagði Jason um leið og hann horfði á mig.

Ég kyngdi og dró fram öryggisbeltið.

Ég gekk inn, en það eina sem ég heyrði var.

"JASON, JASON, JASON, JASON, JASON, JASON!!!!!!!!!!!!!!!!!"

Ég starði í kringum mig.

Þú hlýtur að vera að ljúga. Þetta er ekki skóli!

Ég var að hugsa.

Ég horfði á skólann með lotningu.

Skólinn var að mestu gerður úr gleri. Það var hægt að sjá nemendur innan úr byggingunni ganga um og knúsa samnemendur sína. Það er með hlið úr gulli með smart mynstrum á börum. Skólinn er einnig með grasflöt í kílómetra fjarlægð. Það var hægt að sjá garð framan við skólann og nokkrir starfsmenn voru að gera við garðinn. Það voru nokkrir bekkir.

"Jason, ertu viss um að þetta sé skóli en ekki kennileiti?" spurði ég og horfði á skólann.

Hann benti á skilti skólans.

"Það segir Berson College." Jason sagði: "Komdu nú."

Við gengum í átt að hliðinni á mér og lögðum svo handleggina um mittið á mér.

Ég hætti, "Ehh, hvað ertu að gera?"

Ég horfði á handleggina á mitti mér.

"Þú sagðir að þú viljir ekki villast, ekki satt?" spurði hann og brosti.

"Umm, já," svaraði ég.

"Þá skulum við fara."

Hann tók mig af bílastæðinu og ég kom auga á hóp stúlkna og stráka á leið í átt að okkur.

"Hæ, hvers skvísa er það?" spurði strákur með gyllt hár og blá augu.

„Hún er skvísan mín,“ sagði Jason og hló og horfði á mig.

Ég roðnaði og sneri mér að honum og tók eitt lítið skref frá honum.

Ég var ekki vön allri athyglinni.

"Uhh, hún er að roðna!" sagði maður sem var með ljósbrúna lokka og dökkbrún augu.

Hann vafði handleggjunum utan um mig.

Jason lyfti mér upp úr hópnum og lagði handleggina utan um mig.

„Strákar, þetta er Vanessa, verðandi eiginkona mín og Vanessa, þetta er áhöfnin mín.“ Jason brosti og hló að öllum. Allir tóku andköf.

Ég horfði í augu allra stelpnanna. Þeir eru allir að blikka og horfa á Jason. Ég beindi athygli minni að Jason. Hann virðist halda að hann taki ekki einu sinni eftir því að stelpurnar horfa á hann eins og þær séu að reyna að éta hann.

„Ég er Brian Crews,“ sagði maðurinn sem var með blá augu og gyllt hár.

„Jordan Smith,“ sagði maðurinn sem var með ljósbrúnt hár og brún augu.

"Nate Merced," sagði ljóshærði maðurinn með grá augu.

„Kimberly Taylor, kallaðu mig bara Kim,“ sagði dökkhærð stelpa sem var með dökka lokka og brún augu.

"Ég er Lucy Merced, ég er tvíburi með Nate!" Sagði stelpa með svipaðan hárlit og augu eins og Nate.

Ég tók eftir því að hver kona var klædd í sama búning og ég var í, og allir strákarnir voru í eins einkennisbúningi og ég var í og Jason.

„Hæ,“ sagði ég og veifaði handleggjunum aðeins.

Kim hljóp og greip mig áður en hún dró mig inn í hópinn.

"OMG! Ætlarðu virkilega að giftast Jason?" hrópaði Kim.

Ég roðnaði og hristi höfuðið. "Eins og ég hafi val."

"ÞÚ ERT SVO heppinn! Þú veist að allar stelpur í skólanum eru að deyja að fara út með honum." hrópaði Lucy og hvíslaði.

Ég horfði: "Hvað?! Hvers vegna?!"

Lucy glotti þegar hún hrópaði: "Ertu GEÐVEIKT?! HANN ER 150% SEXY!"

"Sexý?!" Ég hló dálítið og hló.

"Hvað er að þér?!" spurði Kim og glotti. Hún byrjaði að draga mig í átt að inngangshlið skólans.

"FARÐU HÉR VEL! EKKI TAPA HENNA EÐA ÞÚ ERT BÆÐI DAUÐ!" Jason kallaði út af bílastæðinu.

"Hann er sætur, þú veist." Lucy var að segja, ég ýtti við.

Ég hló: "Allt í lagi, allt sem þið segið er gott um hann. Er eitthvað slæmt í lífi hans sem þú telur slæmt?"

„Jæja," sagði Kim þegar hún gekk eftir einum brúninni, sem skildi óhreinindi frá steypu.

"Það eru nokkrir eins og hann kyssir alltaf stelpu og talar svo næst við þær aftur. Hann er líka leikmaður, á stefnumót í eina viku og sleppir næstu stelpu - það er ástarhringurinn hans."

"Ástarhringrás?" spurði ég.

"Já, býst ég við. Og líka hann kann virkilega að daðra. Hann daðrar við þig einu sinni; þú munt deyja af því að elska hann of mikið." Lucy var að flissa.

Ég brosti og sagði: "Svo er það þess vegna sem öll stelpan vill fara út með honum?"

"Kannski."

Við gengum inn um dyrnar að húsinu okkar.

Ég varð að stoppa til að ganga.

Skólinn er að mestu úr gleri og hægt er að skoða utandyra. Ég sé að í skólanum er útisundlaug, útigarður auk fótboltavallar fyrir tennis og útikaffihús. Gífurlegt svæði fyrir hádegismat utandyra. Anddyrið var troðfullt af nemendum sem voru að flýta sér í gegnum mig til að komast á stað.

Ég blikkaði.

"Svo ... ummm ...." hugsaði ég og reyndi að endurvekja efnið.

"Líka þú

Viltu halda á stefnumót til að borða með Jason?" spurði ég Kim og Lucy.

Þeir horfðu á mig og lyftu augabrúnunum.

"Jæja, langt, langt, og ég meina langt síðan, en ekki lengur. Ég komst yfir hann fyrir svona tveimur árum." Kim var að roðna.

Ég hló.

"Jæja, ég og Jason fórum reyndar út áður, eins og fyrir tveimur árum, mánuði eftir að Kim hætti að líka við hann. Þú veist, við fórum út í viku og hættum saman." sagði Lucy.

Ég brosti.

"Hæ, komdu hingað!" sagði Lucy og greip um handlegginn á mér.

„Þetta er tilkynningamiðstöðin,“ tilkynnti hún og benti á bekkinn.

Kim hjálpaði mér að setjast á bekkinn og Lucy brosti.

"Athugið allir!!!!! Fyrirgefðu, athygli." sagði Kim hátt. Hún benti á hóp stúlkna nálægt skápnum. Pilsin þeirra voru of löng og topparnir of þröngir.

"Afsakið, ungfrú S. Sjáðu, sagði ég EKKI ATHUGIÐ?" Kim hló og nuddaði augun.

„Hún er skóladruslan, sú sem er í miðjunni, falsbrúnt hár og græn augu.“ Lucy sagði við hlið mér, "Hún heitir Brittany Stalling, en allir kalla hana Miss S. - S fyrir SLUTS !!!"

Brittany horfði á fæturna í hópnum og „gekkti“ að mannfjöldanum sem safnaðist saman.

Ég sleikti kinnarnar að innan og reyndi ekki að skemmta mér yfir því hvernig hún hreyfði sig.

"Jæja, ALLIR VINSAMLEGAST VELKOMIN VANESSA HALT-COHEN!!" Fólkið fór að klappa. "Hún er glænýr nemandi hér, svo vinsamlegast gefðu henni samúð og ást !!!"

Strákarnir blésu og stelpurnar brostu.

Nú er ég tilbúinn að finna nokkra kunningja!

Og farðu svo til að komast burt frá Brittany og kíkja á hana. Hún virðist breytast í úlf hvenær sem er og drepa síðan

Layla varaði við.

Ég sat og horfði á Brittany. Hún er að fara að eyða reiði sinni. Það logaði í augunum og hnefanum var velt upp.

Hvað er vandamálið?

Ég var forvitinn.

Þú ert svo ánægð að þú sért að fá alla athygli strákanna

Layla sagði mér það og ég sá að hún brosti.

Ég var að brosa.

Skrýtingar

"Ó, og ekki hika við að hanga með Vanessu! Talaðu við hana, kynntu þig og gerðu vingjarnlega hlutina þína. KK?" sagði Lucy.

"Allt í lagi, hafðu það, við verðum sein." Kim var að segja og hristi svo alla í burtu og allir gengu út, allir nema Brittany. Hún sat um stund og horfði á mig fara bæði upp og niður og svo á milli. Hún sneri viðbjóðssvip og gekk um, sveiflaði rassinum og gekk í burtu.

Við öskruðum af hlátri og sátum á maganum til að forðast allan hláturinn.

"Guð minn góður, hvað er vandamálið hennar? Hún lítur út fyrir að geta ekki gengið almennilega." Ég hló, hló ítrekað.

"Ó, hún heldur að hún sé allt það," sagði Lucy og brosti.

"Ó guð minn góður, hún er FYNDIN!" sagði ég og hló.

"NEI! Þegar hún er reið er hún algjört æði. Hún er villt barn. Og veistu hvernig hún tekur stressið í burtu?" Kim talaði og augu hennar stækkuðu.

"Hvernig?"

"Kynlíf."

"Ég held að ég fari að æla," sagði ég á meðan ég kreppti hálsinn.

"Og hvers vegna er það?" spurði hunangsbræðslurödd. Hann hrifsaði mitti mitt og kyssti mitt.

Ég sparkaði í axlir Jasons. Hins vegar voru handleggirnir á mér læstir og ég gat ekki hreyft mig.

Fjölskylda hans og vinir fögnuðu honum og ég sá hóp fólks myndast.

Það brunaði í kinnar mínar; eins og ég reyndi var eini kosturinn sem mér datt í hug að kreista hann um hálsinn.

Hann sleppti mér strax og byrjaði að gráta, "Úff!"

"Það er það sem þú færð," sagði ég og brosti.

Hann gekk beint að mér og lagði handleggina utan um mig.

"Hæ!" Ég sagði: "Slepptu mér!! Hey!! Ég sagði, slepptu mér!" Ég reyndi að brjóta tök hans, en hann var of sterkur.

"Þú kemur með mér." Jason brosti og Jason brosti.

"KIM, LUCY, HJÁLP MÉR!!! HJÁLP!!!" öskraði ég.

"Ó, hvað þetta er sætt par." Kim og Lucy töluðu samtímis.

"Í ALVÖRU ??!! ÞETTA HELST ÞÚ ÞEGAR VINUR ÞINN ER VERIÐ AÐ TAKA FRAM AF GARA?!" öskraði ég.

Þeir hlógu og hlupu til mín.

„Já, hjálpaðu mér," hvíslaði ég.

Þeir hlógu á meðan þeir hyldu munninn og flissuðu.

"Bæ! Góða skemmtun!!" hrópuðu þeir og veifuðu.

"NEI! Ah - "

Jason greip mig og brosti og bar mig.

"Hættu að öskra, ég fer með þig eitthvað," sagði Jason við Jason.

"Og þú getur lagt mig niður núna," muldraði ég og glotti af lotningu.

"Allt í lagi, en þú verður að lofa að öskra ekki og þú verður að loka augunum." sagði Jason.

"Lokaðu augunum?" Ég bað: "Viltu að ég deyi eða eitthvað?"

Hann hló. Hann settist við mig og sagði við mig: "Lokaðu augunum, ég mun leiða þig eitthvað, allt í lagi? Treystu mér bara."

Ég lokaði augunum; svo rak ég upp augun.

"Komdu, sannaðu mig bara einu sinni, og þú munt komast að því að þú getur sannað mig." Jason hló og brosti.

Ég brosti og sagði svo: "Allt í lagi, en þú verður að lofa mér að aldrei, og þá meina ég ALDREI, sleppa hendinni á mér."

"Ég mun aldrei sleppa þér." Jason brosti og brosti.

Ég var að roðna.

"Og þú lofar að líta aldrei eða kíkja?"

„Allt í lagi,“ svaraði ég.

Ég lokaði augunum.

"Jason?" spurði ég sjálfan mig á meðan ég hélt hendinni í höndunum.

"Já?"

"Hvert ætlarðu að fara með mig?"

"Einhvers staðar."

„Gaf mér bara vísbendingu“.

"Jæja, það er þarna uppi."

Ég var að reyna að opna augun til að horfa í áttina sem maðurinn benti, en ég sagði fljótt: "Ekki horfa!"

Í orðatiltæki.

"Ertu tilbúinn að ganga?"

"... Já?" spurði ég.

"Allt í lagi." hann byrjaði að ganga.

"Ekki svo hratt. EKKI SVO Fljótt. EKKI HRATT!" Ég panikkaði.

„Guð minn góður, við erum tilbúin, göngum barnaspor og höfum ekki einu sinni gengið fætur enn.“ Jason hló, hló.

"Fyrirgefðu, ég hef aldrei gert þetta áður, allt í lagi?" Ég játaði þegar kinnar mínar fóru að heita.

Hann hló og gekk hægt.

Ég hélt fastar í hendur hans af ótta við að ég gæti rennt niður.

Við hættum að labba og ég var örvæntingarfull að opna augun.

Svo heyrði ég hljóð
.

Ég stökk og greip í handlegg Jasons.

Hann byrjaði að labba, og við snerum við og hættum svo að labba.

Jörðin fór að hreyfast.

"Jason?!" Ég öskraði og hljómaði brjálæðislega.

"Slappaðu af. Við erum í lyftu."

Ég fann hvernig öndun mín hægðist.

"Erum við komin?" Ég spurði.

"Nei, en nálægt því."

Lyftan stoppaði og ég heyrði hurðirnar opnast. Við byrjuðum að ganga.

"Erum við þarna núna?" spurði ég og virtist óþolinmóð.

"Nei, og hvað sem þú gerir, opnaðu aldrei augun fyrr en ég segi það."

Ég festi mig fastar í handlegginn á honum.

Við stoppuðum og ég heyrði hurð sem var að renna.

Við héldum áfram að ganga og hljóðið í skrefum okkar var greinilegt. Gólfið hljómaði eins og það væri úr viði.

"Þarna ennþá?" Ég spurði.

"Mjög nálægt."

Við gengum smá stund og hættum að fylgja.

"Bíddu, stattu hér."

Ég heyrði hlutina hreyfast.

"Hér." Hann sagði: "Ekki opna þær enn."

Hann greip í höndina á mér og leiddi mig svo hægt yfir á hina hliðina. Ég gekk nokkur skref áður en hann sneri öxlum mér.

Hann dró axlirnar á mér aftur og ég hló.

"Nei, ég ætla -"

Höndin mín lenti á botni mjúks hlutar. Hendur mínar voru umkringdar stólinn.

"Jæja, opnaðu nú augun."

Ég opnaði þær hægt og ég andaði frá mér.

"VÁ!" hrópaði ég.

Ég gekk upp á toppinn í garðinum og það var svakalegt. Blómin voru falleg og það leit út eins og vor. Borðið beint fyrir framan mig var borðstofa fyllt af mat.

"Hvar er ég?" Ég spurði.

"Þakgarður skólans."

"Og hvað er þetta?" spurði ég og benti á matinn.

"Þú borðaðir ekki morgunmat ennþá, ekki satt?" spurði Jason og brosti.

Ég brosti. "Nei, ég gerði það ekki og ég gleymdi því."

"Líkar þér það?"

"Nei, ég ELSKA það."

Hann hló og settist á stólinn í andliti mínu.

"Byrjaðu að borða."

"Bíddu, erum við að sleppa bekknum?" spurði ég og stóð upp.

Ég hef ekki efni á að sleppa kennslu í Berson High.

"Nei, ég er fararstjórinn þinn og þú lærir ekkert á fyrsta degi, hvort sem er." Hann svaraði og brosti.

"Og ætlarðu að setjast niður og borða?" Hann spurði.

Ég brosti og settist í sófann minn.

Þegar ég fór á fætur var þetta ljúffengasti morgunverður sem ég hef fengið. Þetta var allt ljúffengt.

Að eyða tíma með einhverjum sem þú elskar getur gert hlutina betri á bragðið.

Elska ég þig?

Ég hugsaði mig um og roðnaði.


"Ég er saddur!" Ég hrópaði.

"Þessi litla?" spurði maðurinn.

"Ég er ekki feitur eins og þú, feit." Ég muldraði og brosti: "Ég veðja að þú vegir tonn."

"Hæ! Taktu til baka það sem þú segir."

"Aldrei!" Ég öskraði, stóð upp og hljóp frá honum, horfði ekki einu sinni á hann. Eftir nokkrar mínútur er það næsta sem ég veit að ég er týndur og ég hef skilið iPadinn eftir á þakinu.

"Skjóttu. Ég á eftir að vera fastur hér í milljónir ára." muldraði ég.

Ég kýldi sjálfan mig í höfuðið.

Ég hélt áfram að ganga.

"Halló? Einhver?" Ég spurði.

"Ég er týndur. Ég vil ekki vera fastur hér það sem eftir er ævinnar. Þú veist að ég á mér líf þarna úti." sagði ég við sjálfan mig.

"Halló? Einhver?" Ég spurði.

"Ó frábært, ég er fastur hér - Ah -"

"Haha, gottha," sagði Jason og dró mig niður.

"Hvað ertu að gera?"

„Að leggja þig til jarðar". Hann hló og brosti. Hann settist ofan á mig og loftið fór út með allan andardráttinn.

"Ahh -" hvíslaði ég í tómi loftsins. "Ég er skroppið!"

"Ég mun fara af ef þú tekur aftur með þér sagt um mig."

"Farðu af mér - burt frá mér; ég mun aldrei taka aftur það sem ég sagði," muldraði ég og reyndi að anda að sér loftinu en gat það ekki. "Wha - Það sem ég sagði er það sem ég sagði. Og staðreynd er staðreynd, vertu - vegna þess að þú ert stór - stór feitur. Sjáðu þig - þú ert stærri en fíll og - og þú ert þyngri en - hval!"

Hann hló og það jók meiri þunga á herðar mínar.

"Þú - feita feitan þín, guð minn góður, ég þekki ekki svona þungt - þungt fólk," hvíslaði ég að sjálfum mér og brosti til sjálfrar mín.

Jason hló enn meira.

"Og ég - ég held að rifbeinin mín séu að fara að brotna frá þér - þungavigtinni þinni." Ég hló.

Hann hló enn meira.

"Svo - svo, geturðu farið af mér? Og er - er þetta hvernig þú kemur fram við mig? Komdu fram við mig - mig sérstakt og sitstu á mig eins og - eins og stól? Sérðu að ég er ekki - ekki stóllinn þinn ?" spurði ég.

Hann hló og ég setti höfuðið á kalt gólfið og reyndi að anda.

"Er þetta hvernig óléttum konum líður þegar þær eignast barn?" spurði ég og hló að sjálfum mér.

"Inn, út, inn, út, inn, út," hvíslaði ég.

Jason hélt áfram að hlæja á meðan ég beið eftir að hann hætti að hlæja.

"Það eina sem þú þarft að gera er að taka til baka það sem þú sagðir." Sagði hann.

Höfuð mitt fór að líða svolítið létt.

"Ó - Allt í lagi, allt í lagi, ég skil. Ég - ég skal taka til baka það sem ég sagði um þyngd þína." Ég andvarpaði. "Ég þoli það ekki. En - en þú ert feitur að innan." Þetta var grín.

Hann gekk frá mér og hló.

Ég andaði að mér lofti og leið eins og fjalli væri kastað á bakið á mér.

"Ó, ég hélt að ég væri að deyja," sagði ég og lagðist á bakið til að finna betur fyrir maganum.

Ég starði á brosandi Jason.

"Hvað í fjandanum er vandamálið þitt?! Þú veist að þú ert feitur, og þú verður að viðurkenna það sjálfur. Þú feitur feitur." svaraði ég og brosti til sjálfs mín.

"Jæja, viltu að ég sitji á maganum á þér í þetta skiptið?"

"Nei, nononono," svaraði ég um leið og ég lyfti handleggnum og gafst upp.

"En samt feitur."

"Þetta er ekki fita, það kallast vöðvar." sagði hann og fór í skyrtuna. Ég brosti og horfði á fullkomlega tóna kviðinn hans.

Hann dró upp skyrtuna og brosti.

"Svo hvað varstu að segja aftur?" spurði hann og hló meira.

Það var heitt í kinnum mínum og ég rann upp af gólfinu.

Ég sver það að mjóbakið og maginn voru enn í klemmu.

"Hvert ertu að fara?"

„Fæ mér iPad.“

"Hér." sagði hann og náði skjánum á iPadinum mínum.

Bjargvættur!

Ég var að hugsa.

"Hvert ætlum við að fara næst?" spurði ég og greip iPad.

"Hvert viltu fara?" Hann krafðist.

"Ég veit það ekki; hvar er uppáhaldsstaðurinn þinn í skólanum?"

„Leikvöllur skólans,“ bætti hann við.

Ég starði á tölvuna mína, "Í alvöru?"

"Já, komdu, ég skal sýna þér eitthvað." sagði hann og greip í handlegginn á mér.

Við fórum inn í sýningarhúsið.

"Sjáðu, þú sérð besta silfur og gullna bikarinn?"

Ég brosti.

"Ég vann það fyrir fótboltaliðið okkar. Þú verður að vinna silfrið áður en þú ferð í úrslitaleikinn í knattspyrnu. Og ég vann líka þann gullna. Við unnum lokakeppnina í fyrra. Og ég ætla aftur í fótbolta." sagði hann og horfði brosandi á bikarinn.

Ég var að horfa á hann.

"Hvernig spilar þú fótbolta?" spurði ég.

Ég horfði á hann. "Viltu að ég kenni þér?"

"Ætlarðu að mylja mig ef ég held fótboltanum?" spurði ég og beygði handleggina.

Hann hló. "Ekki hrifinn, ég skal taka á þér."

„Þá nei takk, ég varð nógu flattur,“ sagði ég við sjálfan mig.

"Jæja, komdu einn." sagði hann og brosti um leið og hann greip í höndina á mér og leiddi mig inn í kommóðuskápinn.

Hann tók upp einkennisbúning handa mér. Fyrir mig.

"Þú myndir ekki vilja vera að leika þér í þessum kjól." Hann hló.

Ég sló létt í höfuðið á honum.

"Tókstu miðil?" Ég spurði. Hann brosti.

"Skiptu um skápinn og settu einkennisbúninginn í endurvinnslutunnuna á veggnum. Og næddu þér í nýjan búning í búningsskápnum." Mér var sagt og ýtt inn í búningsklefann fyrir stelpur.

Ég skipti um föt og henti einkennisbúningnum mínum í ruslið á innbyggða veggnum. Ég var í hnéháu sokkabuxunum mínum og í íþróttabol sem bar nafn skólans, auk dýrsins þeirra. Ég var að henda Dr. Martens

og iPadinn minn í skáp, og svo tók ég einn af nýjustu skápunum fyrir skó.

Þessi skóli er mjög ríkur!

Ég fór út úr búningsklefanum og sá að Jason var klæddur, ekki í einkennisbúningnum sínum.

"Tilbúin?" spurði hann og hló.

"Engin tækling, vinsamlegast?" Ég spurði.

Hann andvarpaði: "Hvernig eigum við þá að leika okkur?"

Ég var að brosa.

"Hæ!!! Farðu af stað; mér er illt í brjóstinu. Ó guð minn góður, fíllinn er kominn ofan á mig AFTUR. Hérna, hérna, taktu fótboltann, ég gefst upp! ÞÚ HELDUR ÁFRAM AÐ TAKA MIG!" sagði ég og stóð upp eftir að hann fór af mér.

Hann hló.

"Ég vinn!" Sagði hann og skoraði glæsilegt snertimark.

Ég kastaði upp fótunum, "ég náði ekki einu sinni snertimarki og við spiluðum í um 2 klukkustundir og 45 mínútur."

„Komdu, spilaðu aftur. Ef ég myndi spila svona á móti hinum skólunum myndum við tapa. Þetta er nú þegar auðveldur háttur."

"Auðvelt, rassinn minn. Þetta er erfiður háttur; þú ert að spila eins og þú sért vitlaus eða eitthvað." Ég sagði þér það.

„Nei, ég hefði verið í gírunum mínum og púðunum. Hann bætti við.

"Ég gefst upp og þú vinnur, allt í lagi? Hamingjusamur?!" Ég var forvitinn.

"Nei, 1 leikur í viðbót, takk?" spurði ég hann, jafnvægi á öxlum hans.

"Nei, ég þarf að fara í sturtu, ég lykta," sagði ég við sjálfan mig.

"Nei, þú gerir það ekki. Þú lyktar fullkomlega vel og þú svitnaðir ekki einu sinni vegna þess að þú gerðir ekki einu sinni neitt."

"Ég gerði það; ég elti þig og reyndi að tækla þig; ég reyndi að sleppa fótboltanum mínum; ég gerði allt," sagði ég þér.

"Vinsamlegast, einn í viðbót, vinsamlegast?" Sagði hann.

Ég sneri höfðinu.

„Allt í lagi, en ég hélt að þú sagðir að það að leika við mig væri eins og að leika við engan," svaraði ég.

"Þegiðu." Sagði hann.

"Jæja, þú sagðir það."

"Komdu, spilaðu." Hann spurði.

„Allt í lagi, og ég fæ fótboltann fyrst," svaraði ég.

„Allt í lagi," byrjaði hann að hlaupa á móti mér hinum megin, sem gaf mér tækifæri til að spreyta sig í átt að hliðinni hans.

Ég byrjaði að hlaupa, fylgdi mér þegar ég hljóp.

Djöfull er hann fljótur!

Ég var að hugsa og fór svo að örvænta.

Um leið og ég áttaði mig á því rann ég á andlitið og datt á fætur.

"Owww," sagði ég hægt þegar Jason kom að hlið mér.

Jason stóð við hliðina á mér og hló af sér.

Ég klóraði mér ennið, "Þegiðu, það er sárt."

"Vá, þetta var fyndið!"

Ég sneri mér við, lokaði augunum og nuddaði ennið.

„Komdu, við skulum klára leikinn," sagði Jason og hristi öxlina á mér.

"Ég get það ekki, þú vannst nú þegar. Þú ætlar að takast á við mig og ég mun hafa meira upptekinn. Ég hef nú þegar 7 upptekinn." muldraði ég og sleppti augunum.

"Jæja, við skulum gera þetta ofureinfalt. Komdu." Hann öskraði og rétti fram höndina.

Ég greip í hönd hans og stóð upp.

Hann lét mig standa átta fet frá lendingarlínunni minni.

„Allt í lagi, ef þú gætir kastað því framhjá snertimarkslínunni vinnurðu allan leikinn og ef þú gerir það ekki taparðu." Hann bætti við.

„Horfðu á mig vinna," hrósaði ég kaldhæðnislega.

Hann svaraði með því að kinka kolli til samþykkis:

"ER ÞÚ TILbúinn fyrir færni mína?" Ég hrópaði til Jason með brosi og rúllandi augum. Ég gerði Jason ljóst að ég ætlaði að sanna yfirburða hæfileika mína í fótbolta með því að kasta fótboltanum eins fast og eins oft og hægt er. Honum til skemmtunar brosti hann af ánægju áður en hann leyfði mér.

Svo, af öllum mínum styrk, kastaði ég fótboltanum af miklum krafti í fangið á honum. Um leið og ég heyrði að það sló í fótinn á mér, sprakk Jason úr hlátri, á meðan kinnar mínar roðnuðu upp rauðari en nokkru sinni áður. "Ó, guð minn góður, þetta var fyndið!" Jason hrópaði glaðlega áður en hann veltist um á jörðinni og hló stjórnlausan. Ég roðnaði aðeins og áttaði mig á því að það var sama hversu mikið ég hló að sjálfri mér áður, enginn hafði áður hlegið svona hátt að neinu!! Guð minn góður!!

"Æ, við skulum fara - ég sagði að þetta væri síðasti leikurinn," svaraði ég um leið og ég fór að labba á meðan ég roðnaði mikið. Jason kom hlaupandi fyrir aftan mig og snerti kinnar mínar, hló svo þegar hann snerti þær til baka - "Já, maður verður frekar heitur þegar kinnroðnað er." !" og sparkaði í sköflunginn á honum!

Jason sagði mér að það væri í lagi; Ég var bara ekki hættur í fótbolta. Við föðmuðumst og ég naut þess hversu hlýtt það var undarlega. „Ætla að fara núna," svaraði ég áður en ég ýtti honum frá mér og gekk í átt að búningsklefanum stúlknanna, enn roðnaði þungt.

Ég fór fljótt í sturtu og skipti í búninginn minn fyrir skólann. Hingað til hafði ég gaman af reynslu minni; Jason var þegar að bíða fyrir utan þegar ég gekk út um dyrnar. "Hvert eigum við að fara næst?" Ég spurði hann þegar ég skoðaði skólakortið á iPadinum mínum. Þegar við gengum saman spurði hann hvort við vildum hafa hádegismat; „Já," svaraði ég þar sem allar fótboltaæfingarnar skildu mig svangan.

"Svo er þetta æfing?" hrópaði Jason af skemmtun. Engu að síður hafði það verið erfitt að fara; hálfur líkami minn hafði verið kramdur undir fíl! Engin þörf á að hafa áhyggjur, þó; Ég fékk smá vöðva!" Ég ýtti upp ermunum og sýndi honum bicepið mitt sem hann kreisti strax áður en hann hló á móti.

"Þessi vöðvi sem þú kallar minn. Ef ég væri að spila á móti þeim vöðva, gæti ég sigrað þig auðveldlega," hló hann. Ég svaraði hlæjandi að brandaranum mínum; þegar hann ranghvolfdi augunum svaraði ég með samúð með því að klappa honum á öxlunum áður en ég sagði: "Svo viltu að ég setjist á þig aftur?" Hann svaraði fljótt sammála. Augu mín stækkuðu af undrun yfir hótuninni hans, en áður en ég gat svarað frekar, festi Jason magann á mér við bekkinn og settist á mig og endaði í raun allar tilraunir mínar til að flýja lengra í burtu frá honum.

Um leið og ég kom heim gufaði loftið upp fljótt. „Já," lofaði ég móður Jasons þegar við komum til baka, ég myndi tryggja að þú fengir persónulega aðstoð til að léttast frá fílsvini þeirra. Með þungri öndun svaraði ég: „Já," þegar ég bað Jason aftur að taka það aftur, hló Jason fljótt að tilboði mínu með annarri uppástungu - sem varð til þess að loftið mitt fór alveg úr lungunum. Áður en ég svaraði með öðru tilboði hvíslaði ég þess í stað að ég neitaði.

"JASON! JACOB, HVAÐ Í HEIMINUM ERTU AÐ GERA?" kunnugleg rödd einhvers spurði Jason. Hún benti á Lucy, sem svaraði að Jason hefði verið að kreista mig undir þyngd minni, sem svaraði: "Hún sagði að ég væri fíll." Kim hljóp að okkur og dró Jason í burtu áður en ég valt af honum á bakið á mér og slakaði á öxlunum til að hvíla mig í smá stund áður en ég datt loksins um sjálfan mig af gremju.

"Takk, Lucy og Kim - björgunarmenn!" Ég muldraði á meðan ég reyndi að ná andanum. Að lokum tókst mér að setjast rólega upp og benti á Jason með ásakandi látbragði - "Slæmur gaur." Þeir hlógu. Kim sagði svo eitthvað eins og: „Komdu, við skulum borða hádegismat," og við gerðum áætlanir um hádegismat þann daginn.

svaraði Lucy hlæjandi. Ég krosslagði handleggina, grenjandi. "Æi láttu ekki svona."
Lucy brosti skelfilega þegar hún leiddi mig inn í hádegissalinn, þar sem voru raðir eftir
raðir af girnilegum réttum til að velja úr - næstum of gott til að standast! Vá!!! Þvílík
upplifun hlýtur þessi hádegisverður að vera!!!

„Nei takk, mig langar að fara á útikaffihúsið," tilkynnti Lucy. Þeir fóru að ganga í átt
að því, sem var staðsett rétt hjá matsalnum þeirra. Úti var frekar sólríkt og vægur hiti
viðvarandi inni - fullkomin veðurskilyrði til að borða undir berum himni!
Jason nálgaðist og færði mig fram á meðan ég skoðaði matseðlana áður en ég færði
mig nær röðinni. Ég leit aftur yfir það sem þeir buðu upp á áður en ég ákvað eitthvað
úr þessu öllu saman.
"Get ég pantað Smartwater, salat og súkkulaðibita?" spurði ég í hressum tón. Eftir að
hafa pantað hjá honum og sest við borðið ásamt öðrum pöntunaraðilum sem áttu eftir
að leggja inn, spurði hann okkur hvernig skólinn væri. Svar mitt: "Mjög einstakt; mér
líkar í skólanum." Ég skellti mér í augun á honum í sólarljósinu og svaraði:
"Fínt að þú hafir notið þess. Leyfðu mér að fá pöntunina þína." Ég kinkaði kolli og
byrjaði að taka upp pöntunina mína. Á því augnabliki komu nokkrar stúlkur til mín.
Þegar þeir gerðu það kinkaði ég örlítið kolli. Þeir komu nær, kynntu sig sem Vanes -
hún kom aftur með "Hæ," ég brosti til baka áður en ég svaraði, "hæ, ég heiti Vanes- "
„Já, við vitum það," svaraði ein stúlkan með pirrandi hlátri áður en hún kynnti sig sem
Katie og Cindy (bestu vinkonur hennar). Ég svaraði með því að heilsa báðum
stelpunum. Óhjákvæmilega spurði Cindy um nærveru mína áður en hún spurði: "Svo
ertu ný hérna?" Því svaraði ég játandi.
Katie spurði: "Hver eruð þið tveir?" Andlit mitt féll. Áður en ég svaraði hikaði ég áður
en ég svaraði: "Við erum einfaldlega nánir vinir." umplut svaraði ég eins satt og hægt
er.
"Ó, það er fínt. Viltu...?" Katie byrjaði en var truflað þegar Cindy tilkynnti að þau
hefðu eitthvað annað í huga og báðar fóru fljótt.
Jason rétti fram hádegismatinn minn og rétti mér hann beint. Án þess að horfa beint í
augun á honum sagði ég aðeins „takk," án þess þó að hafa augnsamband við hann.
Jason spurði: "Svo, hvað voru þeir að ræða?"
Á því augnabliki varð ég algjörlega orðlaus.
„Vinsamlegast fyrirgefðu mér," hugsaði ég afsakandi á meðan ég bað hann andlega
afsökunar. Layla ráðlagði því að segja honum sannleikann, en ég fann ekkert val í því
efni.
Maðurinn þinn ætti að vera þakklátur fyrir að hann heyrir ekki hvað þú segir.

"Uh," svaraði ég og nuddaði vísifingri á milli þumalfingurs og vísifingurs, "við vorum
að tala um skóla, þú veist...." Hann sakaði mig um að hafa ljúgað.
Svo ég faldi mig bakvið hárið mitt. Fljótlega hrópaði Kim „Við erum komin aftur!" og
ég sá að við vorum komnir aftur saman - „Ó, Guð minn góður!!! Þetta fólk bjargaði
lífi mínu!!

Á því augnabliki.

„Hæ, Vanessa," tilkynnti Kim um leið og hún opnaði nestisumbúðirnar. Ég opnaði salatið mitt og svaraði. Vanessa svaraði því til að þessi skóli væri fallegur og flutti inn til Jason; við ætlum að gifta okkur. Bæði Lucy og Kim flissuðu af spenningi: það var sætt.

Brian, Jordan og Nate hlógu allir í takt þegar þeir klappuðu Jason á bakið og hlógu dátt. Ég roðnaði.

Lucy spurði hvenær það myndi gerast.

Jason svaraði að það ætti að gerast í þessum mánuði eða tveimur vikum eftir fullt tungl. Kim hrópaði hikandi áður en hún kinkaði kolli og borðaði salatið mitt.

Og það verður líka brátt trúlofunarnótt," tilkynnti ég og yppti þeirri spurningu líka með „Það veit ég eiginlega ekki."

Jason svaraði með því að segja mér að það myndi gerast eftir tvo daga frá deginum í dag; Kim hrópaði af mikilli gleði áður en hún bætti við, "og óska ykkur öllum alls hins besta!" Ég kinkaði kolli þegar ég borðaði salatið mitt og salatið mitt var tilbúið alveg rétt þegar Kim bætti við óskum sínum áður en hún skildi okkur öll eftir, þar sem Lucy tók þátt í hátíðarhöldum til að fara og fagna því öllu á trúlofunarkvöldinu áður en hún fór með þeim báðum knúsum í bæði skiptin áður en þú yfirgefur þá til að halda áfram. "Ó, og ég þarf númerið þitt," sagði Lucy þegar hún gaf mér símann sinn. Allir aðrir buðust til að skrifa það fyrir mig þar sem við kláruðum fljótt.

Eftir hádegismatinn dreifðust allir fljótt aftur. Jason svaraði spurningu minni um hvað gerðist á eftir með því að segja mér: "Síðdegis ertu með námskeið."

Um leið og ég steig inn í Berson College fóru tilkynningar að spilast og skólastjóri Rose tilkynnti: "Góðan daginn, nemendur Berson College; þetta er skólastjóri Rose sem biður um Jason Cohen og Vanessa Halt-Cohen. Vinsamlegast komdu strax á skrifstofuna mína ef mögulegt er - takk þú."

Allir horfðu ruglaðir á mig þar til Kim og Lucy sögðu okkur: "Sjáumst síðar." við héldum í átt að skrifstofu Rósa skólastjóra þar sem við bönkuðum á dyrnar áður en við bönkuðum okkur inn til að fá inngöngu - þá svaraði Rósa skólastjóri og bauð okkur velkomin inn með "Komdu inn." Ég roðnaði aftur, vitandi hver hafði athygli mína, en að vera kallaður af Rose skólastjóra til að koma inn þýddi svo margt fyrir svo marga aðra hvað varðar hverja ég vissi um.

Hún stóð upp af vinnustöðinni sinni og ávarpaði Jason og Vanessu. "Jæja, halló, Jason og Vanessa; móðir þín bað ykkur bara um að koma strax heim. Við kinkuðum öll kolli." Við kinkuðum kolli einu sinni enn áður en Jason ók snöggt heim og lagði fyrir framan höfðingjasetur sitt um leið og hann sá það fyrir augum.

"Velkomin heim, Jason og Vanessa. Taktu þér sæti." sagði frú Cohen og benti á stólana tvo.

Við settumst báðir niður. Ég starði á Jason og hann hristi höfuðið.

„Þannig að þú gætir verið að velta fyrir þér hvers vegna þú ert heima úr skólanum. sagði frú Cohen.

Ég brosti.

„Jæja, ég hélt með öllum að Trúlofunarnóttin væri ýtt áfram, ekki satt? hún spurði.

Ég andvarpaði og áttaði mig á því hvert þetta gæti leitt mig.

"Jæja, það verður eftir 2 daga og því miður Vanessa, ég sagði mér það ekki. Ég er farin að gleyma. En allavega, ég hélt að við gætum byrjað að undirbúa trúlofunina." sagði frú Cohen og klappaði að snilldarhugmynd sinni.

Maginn á mér snýst. Ég kannast við leikkonuna frú Cohen að þegar hún er að klappa þá er það ekki gott.

„Svo ég var að hugsa það, Jason," sagði hún við hann áður en hún sneri sér aftur að honum. "Þú ættir að feta í fótspor föður þíns. Þú ættir að kaupa jakkaföt með honum og fara í það. Ég myndi vilja sjá þig líta glæsilega út. !!!"

Hún brosti og lokaði augunum. Hún andaði djúpt frá sér.

"Hvað varðar þig Vanessa, þá myndir þú fylgja mér og Jen. Við getum farið að versla, farið í andlitsmeðferðir og allt sem stelpu dreymir um á einum degi," sagði hún og sýndi mér milljón dollara brosið sitt.

„Ég og faðir þinn myndum taka okkur frí bara til að gera Trolofunarkvöldið þitt fullkomna.

Ég brosti.

"Ó, og hvernig gengur Ballroom Dancing?" spurði frú Cohen.

"Ó, það er allt í lagi. Ég er að læra mikið." Ég svaraði og vonaði að rödd mín hljómaði ekki nærri því eins óviðkvæm og ég hafði heyrt hana.

"Frábært. Ég vil að þið þekkið allar hreyfingarnar. Þið munuð dansa í sviðsljósinu eins og hamingjusamt par."

Kjálkinn minn féll.

ÉG EKKI AÐEINS EINA AF DANSLEIKUM !!!!!!!!!!!!


Ef ég birtist eins og róleg manneskja að utan, þá er ég að öskra í hjarta mínu.

"En -"

"Nei, það er fast, og þið munuð dansa. Ef þið hafið ekki lært allt enn þá mun ég sjá til þess að Bex verði rekinn." sagði frú Cohen og var ákveðin.

Ég andvarpaði snöggt.

„Frá og með morgundeginum munum við versla allan daginn. Frú Cohen.

Ég var að stynja inni. Það sem mér líkar við sjálfan mig er að ég er kaupandi og þegar ég segi hata þá er ég að tala um orðið með fjármagni.

"Jæja, hafna." sagði frú Cohen og stóð á fætur til að fara.

"Bíddu!" svaraði ég. Ég stóð upp og gekk til hennar.

"Frú Cohen -"

"Vinsamlegast kallið mig Maríu. Við erum öll í fjölskyldu og bráðum verður þú tengdadóttir mín." sagði frú Cohen.

"Maria, já Maria, er James heima?" spurði ég.

"Ó, já, hann er líklega á bókasafninu."

Ég brosti, "takk."

Ég hljóp upp á stigann.

"Bíddu, fyrirgefðu?" Ég heimtaði einn af húsvörðunum sem var að þrífa stóra húsið.

"Já, frú Cohen?" svarar hún.

"Það er Vanessa Halt. Og kalla mig Vanessu." svaraði ég.

"Já, um, Vanessa?" spurði hún.

"Hvar er bókasafnið? Geturðu komið með mig á bókasafnið?" spurði ég.

Hún brosti og leiddi mig í átt að bókasafninu.

"James, James, neyðartilvik!!!" Ég öskraði og braust inn á bókasafnið.

"Já?" spurði maðurinn og vísaði í textann.

Ég hljóp til hans og tók í fang hans.

"James !!!! Þú verður að kenna mér restina af danshreyfingunum !!!! Flýttu þér, ég hef ekki tíma og trúlofunarnóttin er framundan!" sagði ég og skelfdi. Ég hélt þétt í hönd hans.

„Jæja, komdu," sagði ég við hann þegar hann gekk með mér inn á danssvæðið.

"James, James, hvað ef ég læri ekki allt? Hvað ef ég gleymdi öllu um miðja nótt? Og hvað ef frú Cohe - ég meina María verður reið út í mig? Og hvað ef ég skamma mig með því að detta á rassinn á mér væri ég -"

James hló.

„Staðreynd er sú að þú ert kvíðin," sagði James og hló aftur.

Ég var að roðna, "Auðvitað er ég kvíðin. Ég mun deyja ef eitthvað slæmt gerist."

"Jæja, þá skulum við gera það fullkomið." sagði James og opnaði dyrnar að danssalnum.

"Ahh!" Ég öskraði þegar ég renndi mér í brjóst James.

"Nei!!" James hló.

"Hvað? Það er það sem þú segir. Bak, hlið, hlið, aftur, bak." endurtók ég.

„Nei, sagði ég, til baka," til baka

Hlið saman, bakið, saman, aftur," sagði hann.

ég stundi.

"Ég er alltaf að klúðra þeim!!" sagði ég og muldraði af reiði.

Við höfum verið í herberginu frá því ég man eftir mér og æft danssporin fyrir samkvæmisdansa í hvert skipti. Það var enginn í kringum okkur til að trufla athygli okkar og eina hljóðið sem heyrðist í herberginu var mjúk bakgrunnstónlist, James sjálfur og James.

"Jæja, þá segi ég þá upphátt." Sagði hann.

„A 1, 2, 1, 2, 3, 4, bak, bak, hlið, saman, bak, bak,“ sagði James.

Ég öskraði og klappaði höndunum.

"ÉG GERÐI ÞAÐ !!!" Ég sagðist hafa hoppað á milli hæða.

"Ég gerði það, ég gerði það, ég gerði það, já, ég gerði það!" lýsti ég yfir.

James hló.

"Jæja, nú skulum við reyna það ef ég segi ekki orðin."

Ég anda.

„Ég skil, ég skil, ekki hafa áhyggjur,“ sagði ég við hann.

James hló.

"Allt í lagi, a 1, a 2, a 1, 2, 3, 4."

Bakhlið, bakhlið -


"Nei, hver -"

"Ahh -"

"Vanessa?"

Ég hoppaði þegar hurð flaug upp og skall á hvíta marmaravegginn. Ég lenti á James og treysti á hann til að hjálpa, en það óheppilega var að James missti líka jafnvægið.

. . . Það versta kom af því að ég kyssti James þegar ég datt á gólfið, einmitt þegar Jason tók eftir okkur liggjandi á jörðinni.

Hjartað sló hraðar og hálsinn var þurr. Vöðvinn minn var síðasti vöðvinn til að halda mér frá vörum James.

Maginn kurraði og mér fannst eins og ég kyngdi upp. Ég leit á Jason.

Andlit hans var rautt af losti og reiði. Án orðs fór hann burt.

Ég sló mig andlega í andlitið.

Ég sneri aftur til James og leit ekki upp.

"James, heyrðu, fyrirgefðu, fyrirgefðu, fyrirgefðu, fyrirgefðu, vinsamlegast fyrirgefðu mér. Ég veit að ég er mjög klaufalegur, fyrirgefðu. Fyrirgefðu, í alvöru. Fyrirgefðu, fyrirgefðu, fyrirgefðu. msoosorry, I msoosorr - " Ég byrjaði.

James hló meðan hann hristi höfuðið.

"Það er allt í lagi, ég skil. Farðu nú til Jason, hann virðist ekki ánægður." sagði Jason og brosti.

Svo dró ég mikinn andann, sem ég hélt.

"Fyrirgefðu, þakka þér fyrir." Ég brosti og roðnaði þegar ég fór út úr herberginu.

Ég fór inn í herbergið til að finna hann sitjandi í stól.

"Heyrðu, Jason, þetta er ekki alveg eins og það lítur út. Þetta var slys - "

"Ertu að reyna að gera það til að pirra mig? Hvert er vandamál þitt?" Hann öskraði og reis upp.

Blóðið mitt suðaði strax og ég greip í hnefann.

"Hvað í fjandanum er að þér? Af hverju ertu að öskra? Og ég sagði 'heyrðu'. Af hverju geturðu ekki bara leyft mér að útskýra?!" Ég öskraði aftur á hann.

"Vegna þess að ég vil ekki heyra heimskulega afsökun þína um hvers vegna þetta gerðist! Þú reynir alltaf að koma með afsökun!" Sagði hann.

Þá var ég reið.

"Fyrirgefðu!? Þetta er í eina skiptið sem þetta hefur gerst, og það er ekki afsökun. Þú þekkir mig ekki einu sinni, svo þú getur hætt að tala við mig! Það er ástæðan fyrir því að ég vil ekki vera gift! Og af hverju ertu svona ógeðslega öfundsjúkur? öskraði ég.

"Það - "

"Jæja, ég vil ekki heyra afsökun þína líka! Og þú veist þennan heimskulega, ljóta loforðahring sem þú gafst mér?" Ég tók hringinn af hendinni á mér og sagði við manninn: "Ég vil hann ekki! Veistu hvers vegna? Vegna þess að ég veit að þú munt aldrei gleðja mig, og ég mun ALDREI gefa fokkinn af þessum helvítis hring."

Ég gekk upp að gluggasætinu, og ég gerði það eina sem gladdi mig. Ég setti loforðahringinn í skóginn, sneri honum svo við til að sleppa honum á jörðina blauta af mold.

Ég hló. Þetta hjálpaði mér að líða miklu betur.

Munnur Jasons hékk. Hins vegar var mér sama.

"Þú veist hversu mikið -"

"Spurðu mig hvort ég sé ekki að fíflast yfir því!" Ég svaraði: "Og leyfðu mér að spyrja þig, veistu hvað ástin mín kostar? Meira en þú hefur efni á, og mér líkar ekki við þig vegna peninga þinna, kóngafólks eða hvers kyns skíts þíns! Þú ert vitlaus. Jæja, gott, ég vil að þú sért það."

"Þú hjartalausa tík."

Þetta var í fyrsta skipti sem ég heyrði Jason bölva áður. Hins vegar var ég of upptekinn við að berjast við hann til að hugsa um það. Tók ekki eftir því.

"Þú afbrýðisami ræfillinn þinn. Ég veit ekki einu sinni hvers vegna öllum stelpunum líkar við þig. Þú veist ekkert annað en að kaupa hjarta stelpu fyrir peningana þína." sagði ég kuldalega.

"Ég trúi því ekki að ég sé maki með hjartalausri, eigingjarnri tík eins og þér. Það fær mig til að sjá eftir lífi mínu." Sagði maðurinn og fór síðan út úr herberginu án þess að gera athugasemdir.

Ég er hneykslaður að uppgötva að ég á umhyggjulausan, eigingjarnan, kynþokkafullan ungling eins og þig. Það mun fá mig til að sjá eftir lífi mínu. . . Það er eftirsjá að mér. . . Það fær mig til að sjá eftir lífi mínu.

Þessi orð voru endurtekin í höfðinu á mér og hjarta mínu fannst eins og verið væri að pota í það og snúa við í hvert sinn sem heilinn gat endurtekið það.

Áður en ég gat jafnvel áttað mig á því áttaði ég mig á því að eitt tárið mitt rann niður andlitið á mér.

Ég var í rúminu grátandi þar til mér fannst eins og það væri engin leið að láta fleiri tár falla.

Það var kalt, tómt og sorglegt andrúmsloft í þessu herbergi. Jason sefur ekki í herberginu. Alla nóttina fór hann aldrei inn í herbergið.

Hluti af mér myndi vilja fá að hitta Jason og biðjast afsökunar á öllu því sem ég hef sagt.

Annar hluti af mér trúir því að ég hafi haft rétt fyrir mér, og ég hafði rétt fyrir mér og að hann hafi verið a**gat.

"Vanessa..."

Ég hreyfði mig ekki, og mér var ekki einu sinni sama um hvað ég var að hugsa; það eina sem ég man var að ég vildi ekki láta vekja mig.

"Vanessa?!" röddin hvíslaði; Ég heyrði það hrópa í eyrað á mér.

ég stundi.

"Vaknaðu!"

Ég kastaði handleggjunum að röddinni en hljóðið hvarf ekki.

"Ég sagði, vaknaðu!" Röddin sagði: "Áður en ég læt þig standa upp."

Ég andvarpaði nokkrum sinnum í viðbót.

„Allt í lagi,“ sagði hún.

Svo stökk ég upp og um leið og ég hoppaði, helltist yfir mig föt full af köldu vatni.

Ég hleypti frá mér tíst.

Ég skalf, greip teppið mitt og þurrkaði mér um augun, aðeins til að átta mig á því að það var líka blautt.

Ég þvoði augun með höndunum og dró hárið aftur.

Valerie.

"Ó, þú ert svo rekinn eftir þetta!" sagði ég og breytti höndum mínum í hnefa.

"Nei, ef ég geri þig tilbúinn." Valerie sagði, eftir að hafa dregið mig úr rúminu, „Við erum að versla í dag fyrir trúlofunarkvöldið.

Ég var að stynja og fór á klósettið með henni.

Allt var þegar undirbúið.

"Þarftu virkilega að dúkka mig upp bara til að versla?" Ég velti því fyrir mér og skellti hausnum.

"Já! Þú verður að líta fullkominn út í hvert skipti! 24/7!" sagði Valerie.

Ég var í baðinu og Beth byrjaði að senda mér skilaboð; Vicky byrjaði að bera kremin á húðina mína. Valerie setti upp förðunarsettið mitt.

ég stundi.

„Fegurðin verður að vera fullkomnun,“ heldur Valerie áfram með því að laga förðunina.

Ég sneri höfðinu.

"Í alvöru?"

"Já."

"Svo, hvernig gengur allt?" spurði Sunny.

"Ertu að meina Jason?" Ég muldraði og fann magann stækka.

Hún brosti.

Ég brosti.

"Hvað á það að þýða?" spurði Beth og yppti öxlum eins og ég.

„Það þýðir að ég veit ekki alveg hvort þú gætir kallað samband okkar gott eða slæmt,“ svaraði ég.

"Ertu að grínast, stelpa?" sagði Valerie og sneri sér að mér og rétti út handleggina.

"Hvað?!" Ég hristi höfuðið.

Valerie andvarpaði og ranghvolfdi augunum. "Þú varst svo nálægt því að falla fyrir honum."

Vicky andvarpaði og stundi.

"Í alvöru?!"

Hún byrjaði að kreista vöðvana mína til að gera þetta erfiðara.

"Úff! Það er sárt." Ég skalf.

"Þú varst svo nálægt!" hrópaði Valerie og henti handleggjunum upp í loftið. "Og nú klúðraðirðu þessu öllu!"

Ég datt aðeins neðar í pottinn.

Valerie brosti og hoppaði á borðið með vaskinum.

Ég sat upp, "Hey, bíddu, hvernig vissuð þið að ég væri að falla fyrir honum?"

Það blæddi úr mér en ég var ánægð með að andlitskremið verndaði andlitið á mér.

"Það er nokkuð augljóst. Og líka, það er nokkuð augljóst að þið kysstust." sagði Sunny.

Beth hló og hélt áfram að senda skilaboð.

"Hæ! Þú varst að njósna!" hrópaði ég og skolaði meira.

„Nei, en orðrómur gengur mjög hratt,“ sagði Sunny.

Ég andvarpaði og sekk lengra niður í freyðandi baðkarið.

„Ó, komdu, við þurfum að flýta okkur,“ sagði Vicky við hana.


"Þarf ég?" Ég spurði sjálfan mig, beygði auma fæturna frá tommuháum hæl og ýtti svo Louis Vuitton Neverfull GM töskunni minni aftur inn í Sunny.

"Já!" sagði hún og dró töskuna aftur í átt að lófa mínum, "Það passar 100% við kjólinn þinn!"

"Nei, takk, ég týni töskunni minni svo auðveldlega." Ég reyndi að hugsa um afsökun.

"Nei, það er allt í lagi; við getum alltaf pantað meira. Það er næstum eins og það sé ókeypis." Sunny brosti.

Ég brosti og sagði: "En þessi taska er ofboðslega dýr; ég hef ekki efni á að týna henni."

„Jæja, farðu þá mjög vel með það,“ sagði Sunny mér. Mér var ýtt til dyra og hélt mér með bakpokann í höndunum.

„Allt í lagi, ef ég tek töskuna þá þarf ég að skipta um skó,“ svaraði ég. Ég var að reyna að koma með málamiðlun.

"Nei, nú skulum við fara. Við erum næstum seinir." Sunny sagði mér það og leiddi mig eftir tröppunum í átt að útidyrunum.

Hurðin var ólæst og ótrúlegt að sólin skein skært.

Hendurnar mínar voru þéttar og ég setti töskuna mína á milli úlnliðsins og olnbogans.

Ég bið að ég bið Guð að láta Jason ekki vera í herberginu! Ég vil ekki vera í návist hans núna! sagði ég á meðan ég nuddaði þumalfingur með því að nota vísifingur minn.

Fáðu harðari og þroskaðri konur! Þú verður að biðjast afsökunar. Ég er hneykslaður yfir því að þú sért að berjast tveimur dögum áður en það er trúlofunarnótt! Layla skammar.

Ég brosti og andvarpaði að sjálfum mér.

En . . . Mér þykir það sannarlega leitt. . . og ég er dauðhrædd, hvað á ég að segja mér? Ég hugsaði um að ganga hraðar.

Biðjið hann afsökunar og hann mun sjá eftir því sem Layla hefur sagt.

En -. . .

"Vanessa, elskan, lítur fallega út í dag og guð, elska ég þessa tösku!" hrópaði Maria og sveiflaði handleggjunum að mér.

Ég sat þarna í ruglinu og horfði á hana.

Sunny var farin.

Frábært!

"Við ætlum að skemmta okkur konunglega að versla! Við ætlum að finna fyrir þér hinn myndræna kjól." sagði María og lagði handleggina að mínum og fór með mig að innganginum.

Það var krosslagt fingur.

Ekki láta hann komast þangað!

Ó. Mín. Guð. Við höfum bara samþykkt að biðjast afsökunar!

Afsakið óþægindin. Ég er í rauninni ekki tilbúin og er mjög hrædd

Hvenær er líklegt að þú biðjir manninn afsökunar?

Hvað ef ég spyr þig aftur? Ég spurði sjálfan mig.

Það er ekki svo slæmt. Þú þarft að biðjast afsökunar og það verður endirinn á sögunni.

Ég andaði djúpt og lyfti höfðinu hátt og hjartað sló á 100 mílna hraða.

"Ó, Vanessa, ég gleymdi næstum því!" hrópaði María af hlátri og hló að sjálfri sér.

Við komumst út um dyrnar og andanum, sem ég áttaði mig á að ég hafði haldið í smá stund, losnaði.

Hann er ekki hér, hugsaði ég og fann hvernig hjartað mitt hægðist pínulítið.

Ég kyngdi.

Ég vonast eftir heppni í dag!

En mér leið verra yfir því hversu ánægð ég var ekki að sjá hann. Ég var viss um að ég ætti að snúa aftur til hans og biðjast afsökunar á því sem ég hafði sagt.

Ég skoðaði húsið og sá að hann var ekki að ganga niður tröppurnar; hann var ekki einu sinni sýnilegur.

„Ég ákvað að daginn eftir trúlofunarnóttina ætlið þú og Jason að taka brúðkaupsmyndirnar ykkar! María hrópaði cla og tók saman hendurnar af ánægju.

Ég fletti aðeins meira um.

Hann var heldur ekki í húsinu.

"Svo, hvað finnst þér um það?" spurði María með opin augu, fús til að heyra svar mitt.

Ég kinkaði kolli í hálfkæringi en ekki fyllilega óttasleginn.

Dyraverðirnir opnuðu hurðina á bílnum og ég gekk inn.

Hann er ekki þarna.

Þegar ég kom inn fann ég hvernig hjartað sökkva svolítið og léttir skolast yfir mig.

"Ó, ég vissi að þú ætlaðir að samþykkja það!" sagði María áður en hún gekk inn.

Ég kinkaði kolli til samþykkis, tók ekki eftir því sem hún var að segja mér.

"Æ, hafðu bara engar áhyggjur, ég gerði allt tilbúið. Kjóllinn . . . ljósmyndarinn . . förðunarfræðingurinn . . hárið - dos . . . ALLT!!"

Ég brosti.

Hún fór í ógöngur sínar um hjónabandið.

Hann gæti verið í verslunarmiðstöðinni að bíða eftir að hitta okkur.

Í þetta skiptið geturðu ekki sofið út.

Ég andvarpaði, allt í lagi, ég skil

Hvað ætlarðu að segja honum?

Halló, Jason. Ég vil ekki láta það virðast eins og hann sé einhver sem þekkir mig ekki.

Sjáðu til, Jason, um - en ég get ekki talað svona. Jason, ég þarf að segja þér skilaboð.

Nei, það er ekki eins og ég sé mamma. Fyrirgefðu, Jason, en þetta er bara of einfalt. ég -

Veldu leið þína!

Afhverju finnst þér það svona erfitt?

Er ekki !!!! Það tekur bara eilífð!

Svo, hvað þá, af hverju finnum við þá ekki eitthvað til að segja mér þá??

Fínt. . . það er hægt að segja. . . Jason, fyrirgefðu hvað ég gerði í gær. Ég var mjög reiður að ég vildi ekki vera reiður við mig. . . Ég ætla ekki að leyfa þér að ruglast líka.

Það sem gerðist í raun var að þetta var slys.

Nei, ég er ekki að lýsa því yfir. Það er skrítið, og það er ekki ég ef ég ætti að segja það.

Hvert er næsta skref?

Það virðist vera mér að kenna!

Sannleikurinn er sá að þetta var aðallega þér að kenna.

Kjálkarnir á mér féllu.

Ég er hneykslaður að þú sért ekki bara á móti mér! Við erum á sömu blaðsíðu!

Vandamálið var ekki algjörlega mér að kenna. Ég reyndi að upplýsa hann um hvað gerðist og allt í einu var hann reiður út í mig. Hann er helvíti að pæla í miðjum engu, og því miður er gaurinn með heitt skap! Einnig sagði ég ekkert rangt. Það var hann sem sagði mér: "Þú ert að láta mig sjá eftir lífi mínu og ég samhryggist þér! Af hverju ætti ég að biðjast afsökunar þegar hann nýtur sín? Ég tók að ég myndi draga djúpt andann eftir langan tirade minn.

Það varð þögn. Layla svaraði ekki.

Ég sé að eðalvagninn stöðvaðist.

"Ert þú tilbúinn?" Maria spurði: "Þetta er besta verslunarmiðstöð í heimi - hún selur alla alvöru hönnuði."

Í orðatiltæki.

Bílstjórinn fór fljótt og opnaði hurðina fyrir okkur.

Ég og María gengum út.

Ég tók eftir því að ég tók eftir því að okkar var síðasta farartækið á lóðinni.

Skrítið.

Við gengum inn um tvöfalda gler útidyrahurðina.

"Ég hef ekki verið hér í heila öld!" sagði María.

Ég kannaði svæðið; það var ekkert nema við.

"Frú Cohe - ég meina Maríu?" Hún spurði mig.

„Já elskan," svaraði hún og brosti.

"Erum við eina manneskjan í verslunarmiðstöðinni?" spurði ég sjálfan mig og leit í kringum mig.

María hélt áfram að ganga.

"Já, ég sagði öllum að meta þessa verslunarmiðstöð strax svo við gætum haft verslunarmiðstöðina alveg útaf fyrir okkur. Er þetta ekki betra svona? Engin slagsmál og ekkert fólk tekur hlutinn sem þú hefur augun á. Ég elska það svona." sagði María.

"Ég veit, en hvar er ... Jason?" spurði ég þegar við gengum upp gullna rampinn. Þegar við förum hærra inn í anddyrið kemur mér í opna skjöldu hversu risastór verslunarmiðstöðin er í raun og veru og að það er enginn maður eða úlfur fyrir utan okkur.

"Æ, hann getur ekki komið. Hann kom heim í morgun ... Hann var að drekka." hvíslaði María.

"Drekka?" Ég spurði. Maga- og hjartavöðvarnir voru spenntir.

"Já ... og hann sagði eitthvað mjög ... skrítið?" sagði María og spurði sjálfa sig. Hún setti mig niður með rafbláu augun sín.

Okkur tókst að fara úr lyftunni.

Ég kyngdi. "Hvað sagði hann?"

„Ég veit ekki ... hann sagði að hann væri í raun ... leitt," sagði Maria honum.

Hálsinn minn var þurr.

"Um hvað?"

„Ég veit það ekki. Ég skildi ekki hvað hann var að segja.

— Sagði hann eitthvað annað? spurði ég þegar við komum inn í skartgripaverslun.

"Hversu margir hjálpum við þér, frú Cohen?" spurði kona úr skartgripabúðinni.

María hélt í hendur hennar til að afvopna hana.

Hún flaug af stað.

Við gengum um jaðar búðarinnar og skoðuðum risastór, steinlík hálsmen, hringa sem og armbönd og eyrnalokka.

"Já, hann gerði það. Í morgun, þegar hann vaknaði, spurði hann mig hvort hægt væri að færa trúlofunarnóttina einn eða tvo til baka."

Ég var að horfa á háu hælana mína.

"Og auðvitað sagði ég nei vegna þess að það er fáránlegt. Og allir eru að skipuleggja og hreinsa dagskrána sína til að koma til að hitta ykkur, svo það er of seint að hætta við það."

Ég kyngdi.

"En, Vanessa, elskan, af hverju myndi hann segja það? - Afsakið, má ég vinsamlegast sjá þennan eyrnalokk í smá stund?" spurði María og benti á starfsfólkið.

"Ó, frú Cohen, þú ert með góð augu! Þessi eyrnalokkur er mjög grípandi og hann er algjörlega eitthvað sem þú myndir vilja klæðast til að ná athygli einhvers!" Konan svaraði og fjarlægði síðan eyrnalokkinn varlega.

Ég rak augun saman. Hún heitir Maxina.

"Ó, ég er ekki með það, tengdadóttir mín ætlar að klæðast því fyrir trúlofunarnóttina."

"Ó, það er stórkostlegt! Þessi eyrnalokkur kemur bara í einu pari og ekki meira!" sagði Maxina.

"Hversu mikið?" spurði María.

"$8.955"

Kjálkarnir á mér féllu.

"En ... María, ég er ekki með eyrnagat," svaraði ég og nuddaði eyrað.

"Ekki hafa áhyggjur, þeir ætla að hjálpa þér. Þeir eru sérfræðingur í eyrnagötum." María sagði mér það.

Ég fór úr skartgripabúðinni; eyrun mín voru dofin.

"Hvernig líður eyrað á þér?" spurði María brosandi.

"Ó . . . finnst það ... dásamlegt!" Ég lýsti því yfir og vonaði að gjörðir mínar myndu sannfæra hana.

„Ó, góðir, leyfðu mér að hringja í einhvern til að halda á töskunum okkar," kallaði Maria og hringdi í iPhone.

„Dásamlegt, nú þurfum við ekki að halda í töskurnar," sagði Maria.

Fyrir aftan okkur var kona þekkt sem Stella, okkar persónulega töskuhaldari.

"Jæja, svo aftur að spurningunni: af hverju myndi hann segja það? Hvers vegna vill hann að Trúlofunarnótt verði ýtt til baka?" sagði María með hrukkótt ennið.

Ég ætla ekki að valda henni vonbrigðum eftir allt sem hún hefur framkvæmt fyrir okkur.

„Ó, það er í rauninni ekkert," sagði ég á meðan ég klappaði aftur á öxl hennar í von um að leikhæfileikar mínir hefðu vaknað.

Ég brosti að saklausu brosi mínu.

"Ó, ég er svo frábær að heyra það!" sagði María.

Ég leit upp.

"Ó, en ef ykkur vantar eitthvað eða lendir í vandræðum, vinsamlegast, ég bið ykkur, vinsamlegast komdu til mín, og ég mun leysa hvað sem er fyrir sætu elskurnar mínar," sagði Maria við hana.

Ég brosti og andvarpaði. Ég var þunglynd, en ég vonaði að brosið mitt væri enn til staðar á andlitinu.

„Ég er svo fegin að þið náið saman; það er furða að sjá hvernig þið náið saman svona hratt," sagði Maria.

Ég settist niður, horfði á fæturna á mér og brosti.

"Komdu, við höfum ekki allan daginn, við þurfum að versla meira." sagði María.

"Versluðum eins og heimurinn endi á morgun!" sagði ég og hló.

María hló og hristi handleggina á mér.

Það gæti verið rétti tíminn til að láta hugann slaka á og vera ekki svo upptekin af morgundeginum, Jason og næstum því að nálgast brúðkaupið okkar. Eins og sagt er þá er ekki í lagi að vera stressaður yfir öllu. Ég ætti að draga mig í hlé að vissu marki. Við komum mjög seint heim, mjög seint.

Við borðuðum kvöldverð á fimm stjörnu veitingastað. Við komum með 8 kjóla, 4 pör af eyrnalokkum, 6 pör af strigaskóm, fjórar töskur og 6 armbönd.

Þegar ég gekk upp tröppurnar með meyjarnar á eftir mér bar ég bakpokann minn. Hjartaslagurinn var mikill þegar ég gekk í gegnum Jason og mig við svefnherbergisdyrnar.

Ég setti hendurnar á handfangið og áttaði mig á því að ef ég ætti að ganga inn um dyrnar, þá þyrfti ég að biðja Jason um það.

Ég dró djúpt andann og byrjaði að opna dyrnar hægt.

"Jason?" spurði ég þegar ég kom inn.

Meyjarnar hentu töskunum inn í skápa okkar.

Ég skoðaði rýmið.

Þar var ekkert; hann var ekki þar.

Ég sleppti andanum og áttaði mig á andanum sem ég hélt.

"Hann er í alvörunni ekki hér, ekki satt?" hugsaði ég með mér.

Ég fann fyrir vonbrigðum Laylu og daufum sársauka í hjarta mínu.

Ég settist á dýnuna og horfði upp í loftið og hugsaði um það.

Ef ég biðst ekki afsökunar á mistökum mínum, er hann þá? Ætlum við að vera eins að eilífu? Hvað ætti ég að segja ef ég biðst afsökunar? Af hverju held ég að ég ætti að segja fyrirgefðu?

Er ég í. . . ást?

# Kafli 10 - Trúlofunarnóttin

(Hæ krakkar, verður þessi kafli POV Jasons? Hamingjusamur? Sorglegur? Reiður? Spenntur? ÉG VONA að ykkur líki það!! XOXOXOXOXO
ÉG LIV MAT
~KW)

_____

~~

„Jason, elskan,“ sagði mamma. "Hvernig gast þú?"
"Ég vil það ekki og ég sagði þér að það ætti að halda aftur af trúlofunarnóttinni!" Ég sagði við sjálfan mig, lá á teppinu sem klæjaði, kláði í herberginu og í rúminu.
"Jason, vinsamlegast, ég bið þig." Hún sagði henni.
Ég veitti henni mótspyrnu.
Svo varð truflun.
"Er þetta það sem þú vilt gera við mig?" spurði hún mig. "Og hver er ástæðan fyrir því að þú viljir seinka trúlofunarnóttinni til að seinka? Það er ekki of seint; allir vilja verða vitni að yndislegu, sætu útlitshjónunum sem þau hafa verið að hlusta á um."
Ég henti teppinu yfir andlitið á mér.
„Þetta er augnablikið þar sem þeir gætu loksins séð þig og Vanessa saman.
Maginn á mér var snúinn þegar mamma kallaði nafn Vanessu.
"Þú getur alltaf talað við mig ef það er vandamál."
Minningarnar um bardagann komu upp í hugann og reiðin fór í gegnum líkama minn.
Af hverju myndirðu gera þetta?
Alex, My Wolf, hafði samband við mig til að koma heim.
Ég er ekki viss.
Ég sagði þér það.
Ég veðja á að hún muni aldrei gera það
Ég svaraði honum ekki.
„Nei, allt er í lagi,“ svaraði ég um leið og ég renndi fingrunum yfir höfuðið.
"Hvað er það þá sem þú fékkst þér að drekka í gærkvöldi? Þú komst ekki heim fyrr en 4:47 að morgni dags!"
"Ó, það er ekkert, ég hef bara ekki drukkið í nokkurn tíma," sagði ég við sjálfan mig eins og það væri ekkert. Svo annað kvöld var ég nálægt því að ná sambandi við einhvern. Ég renndi fingrunum í gegnum hárið á mér nokkrum sinnum. Líf mitt hefur breyst síðan ég var með Vanessu. Ég var vanur að djamma á hverju laugardagskvöldi, drekka á föstudögum og kannski vingast ég við einhvern.

"Elskan, ég held að það sé ekki afsökun. Hvað geturðu útskýrt heimkomuna úr vinnunni klukkan fimm á morgnana? Það er ólíklegt að þú hafir drukkið svona lengi."
Ég sat þarna í óánægju.

„Sjáðu til, mamma, hættu að spyrja mig. Ég veit nákvæmlega hvað ég er að gera og ég hef lýst því yfir að ég myndi vilja mæta til að fagna trúlofunarnóttinni of snemma. Í öllum tilvikum þurfum við að eyða meira tíma með hvort öðru." Ég sagði þér það.

"Nei, þú gerir það ekki; þú varst alveg í lagi þar til í gær. Þú fórst bara úr engu."
Hún gekk framhjá dyragættinni.

Ég var reiður og andvarpaði.

„Segðu mér bara hvað er að gerast og ég mun reyna að leysa það."
Ég hikaði.

"Ég veit það ekki, við börðumst bara í gærkvöldi."

„Jæja, það sem þú getur gert er að biðja hana afsökunar, jafnvel þó að það hafi algjörlega verið þér að kenna.

"En hún kyssti James," sagði ég á meðan ég hélt í hnefann minn. Ég er ekki viss af hverju ég þurfti að vera svona í uppnámi útaf stelpu. En ég hef aldrei fengið það á ævinni. Mér var alveg sama með hverjum ég var nema þegar þeir trufluðu mig ekki. Hins vegar var Vanessa öðruvísi. Ég held áfram að taka eftir litlu hlutunum sem hún gerir. Í hvert skipti sem hún er að tala við karlmann er ég ofviðkvæm og eins og hún geti ekki talað við neinn annan en mig. Hver hreyfing sem hún gerir dregur mig nær sér.

"Viltu þá vera reið við hana að eilífu?"
Ég svaraði ekki.

„Jæja, þú gætir beðið hana afsökunar í kvöld á trúlofunarnóttinni og hún mun fyrirgefa þér, treystu mér.

Hún fór út úr herberginu og lokaði útidyrunum til að halda henni.
Ég tók saman koddann og lagði hann á jörðina.
Ég er ekki viss um hvað ég á að gera, tilfinningar mínar eru mjög ruglaðar.
Ég fór út til að fara í fötin mín.
**

"Æ, elskan, þú lítur myndarlega út!" Hrópaði mamma þegar ég lagaði bindið mitt.
Ég athugaði spegilmyndina mína.
"Ó, gott, þú ert tilbúinn. Ég held að Vanessa sé það líka!" Mamma hrópaði.
Hún burstaði hárið á mér og sagði svo: "Ég er svo fegin að þú tókst rétta ákvörðun!"
Hún brosti og kyssti mig á kinnarnar.
Ég skipti um bindi og greiddi hárið í annað sinn.
Mamma tók í handlegginn á mér og dró mig út úr stofunni og svo í svefnherbergið mitt.
Hurðin var opnuð og allt svæðið hætti að hreyfast.
Mamma sleit fingrunum og allar stelpurnar flúðu út úr herberginu.

Vanessa sat við borðið. Fegurð hennar var augljós í hvíta kjólnum. Kjóllinn passaði fullkomlega við lögun hennar og sýndi langa fætur hennar.

Ég vil geta tælt hana núna.

Augu okkar voru læst í stutta stund áður en hún sneri augunum frá mér.

„Hérna, sestu niður," sagði mamma við hana og benti á sæti nálægt Vanessu.

Ég settist niður og mamma tók aðra höndina á mér og hönd Vanessu og hélt höndunum þétt saman.

Ég fann náladofa koma frá hendi hennar.

Ég var örvæntingarfull að skilja heiminn eftir og faðma hana. Ég vil hvísla í eyrað á henni að mér þykir það sannarlega leitt og vil spyrja hana hvort við getum byrjað aftur.

"Sko, ég er viss um að það er eitthvað að, en það er í lagi þegar við þurfum að berjast. Hins vegar, í kvöld, bið ég þig um að láta það ekki líta út fyrir að þú sért að berjast. Ég vil að þú lítur út eins og þú sért elskandi hvort annað, OK, við skulum ekki hugsa um að berjast fyrir kvöldinu, allt í lagi? sagði mamma og kreisti höndina á mér.

Ég sat og horfði á Vanessu.

Það heyrðist bankað á hurðina og pabbi gekk inn í herbergið.

„Ég held að þið ættuð bæði að fara niður; það er fullt af fólki sem vill sjá ykkur," sagði pabbi.

"Ekki gleyma því sem ég sagði!" sagði mamma.

Ég stóð upp og rétti Vanessu höndina. Vanessa tók því og við föðmuðumst áður en við yfirgáfum herbergið.

Við gengum upp stigann og um leið og við gengum niður fóru allir að hrópa lof okkar.

"Sjáðu þetta sæta par!"

"Þeir líta svo yndislega út saman!"

"Ó, þeir eru fallegir!"

"Jæja, horfðu bara á þá!"

"Þeir voru örugglega gerðir fyrir hvort annað!"

Við settumst við borð nálægt framhlið rýmisins.

Mamma er á sviðinu með hljóðnema í höndunum.

"Verið velkomin allir, velkomnir, takk fyrir komuna á Trúlofunarkvöldið!" Mamma sagði og allir fögnuðu: "Eins og þið vitið öll er ég Maria Cohen."

"Þetta hefur verið ótrúlegt ár með Vanessu og Jason saman. Vanessa er bara svo yndisleg og hún er svo yndisleg og ég myndi elska að allir hittu hana! Vanessa og Jason ég bið ykkur að standa upp svo að allir geti geta séð þig."

Ég greip í hendur Vanessu og settist með henni.

Ég fann hvernig Vanessa faðmaði fingurna á mér og það fékk mig til að brosa, vitandi að hún myndi þurfa á mér að halda þegar hún var kvíðin.

Allir eru í lagi og AHHHH.

Ég brosti.

„Líta þau ekki bara frábærlega út saman?

Áhorfendur voru sammála.

"Jason og Vanessa, elskurnar, komdu hingað upp."

Við tókum höndum saman og gengum yfir sviðið. Vanessa var fær um að kreista handlegginn á mér einu sinni enn.

Ég brosti aftur við tilhugsunina.

„Vanessa, mig langar að fá nokkur orð frá þér," sagði mamma og brosti milljarða dollara á meðan hún lagði hljóðnema á borðið fyrir framan sig.

Vanessa var dálítið kvíðin og hrópaði: "Ég - ég veit það ekki ...."

Fólkið hló. Þau hættu að hlæja þegar hún tjáði sig.

"Hæ, ég heiti Vanessa. Ég er mjög þakklát fyrir að vera hér. Að auki vil ég þakka nokkrum einstaklingum. Ég vil byrja á því að þakka frú Cohen fyrir allt, fyrir, umm . . . erum að koma með syni okkar tvo, Jason, með mér og þeir styðja okkur hvert skref á leiðinni tjá þakklæti mitt til herra Cohen fyrir að hjálpa mér í gegnum heilsufarsvandamálin mín. Án hans væri ég ekki á þessum stað í dag. hún sneri sér að mér og sagði.

Augu hennar fóru frá augum hennar til fótanna á mér. Mig langaði að knúsa höku hennar svo hún gæti horft í augun á mér það sem eftir er. Hún kippti þumalfingrinum með fingrunum á vísirinn.

"Fyrir að hafa verið til staðar fyrir mig hvenær sem ég þurfti á honum að halda og búa til margar yndislegar minningar fyrir mig ... Ég vil líka þakka öllu því fólki sem ég hef hitt og hitt. Þakka þér." Hún bætti við um leið og hún sneri sér að mannfjöldanum.

Allir fögnuðu og Vanessa yfirgaf hljóðnemann og leit ekki einu sinni til baka.

"Hvað með þig, Jason?" spurði mamma.

Ég hringdi í hljóðnemann og brosti og tók eftir því að öll augu beindust að mér.

"Ég er þakklátur öllum fyrir allt sem þeir hafa veitt mér. Ég er ákaflega þakklátur fyrir að hafa ykkur öll með mér. Ég óska ykkur öllum ótrúlegrar upplifunar hér."

Allir klöppuðu.

Við fórum af sviðinu.

Ég sat og horfði á Vanessu út úr augnkróknum.

Við sátum og mamma hélt lokaræðuna.

Vanessa dillar sér í kjólnum sínum.

"Vanessa," sagði ég sagði ég og rauf þögnina sem hafði verið aðskilin.

Hún hafði ekki nóg.

"Umm, heyrðu, um kvöldið í gær, ég vil bara segja að ég - ég, um -"

"Sjáðu til, Jason, ég vil segja þér einum að mér þykir það leitt. Ég meinti það ekki, og nú vil ég taka til baka öll orðin sem ég sagði við þig. Jason, ég vil það ekki. berjast lengur. En ég er bara ekki í lagi ef þú finnur það ekki. sagði hún og horfði í augun á mér. Hún var sorgmædd í augum hennar. Mig langar að þerra tárin sem eru að renna út og kyssa hana. Ég er tilbúin að gera allt sem þarf til að fá hana til að brosa.

"Vanessa, ég -"

"Jason, geturðu bara skilið þetta eftir svona? Ég vil eiginlega ekki tala um það. - "

"Vanessa!" hrópaði einn af hönnuðum hennar.

Ég gerði hnefa.

Hvað er að því að hún trufli samtal mitt þegar ég er að tala við Vanessu?

"Komdu hingað!" hrópaði hún og dró Vanessu í burtu.

Þegar hún var ekki sýnileg brosti ég og nuddaði hausinn á mér.

Nóttin leið og Vanessa var kynnt fyrir ýmsu fólki.

Ég gekk að borðinu til að fá mér drykki og pantaði mér viskí.

Ég hellti öllu í munninn. Ég fór að grípa tvo bolla til viðbótar.

"Er eitthvað vatn?" krafðist Vanessa og birtist skyndilega við hlið mér.

Ég starði á hana og áttaði mig svo á því að konan var ég. Ég brosti og hló áður en ég hló.

"Vatn?" Ég spurði: "Hvenær hefur þú einhvern tíma heyrt um vatn í veislukvöldi?"

"Hey! Ég hef aldrei drukkið vín eða bjór eða neitt annað áður." Hún hrópaði og roðnaði.

Ég hló. "Hér er bjór, vín, viskí og áfengi."

"Hvað á ég að drekka?"

"Hvað sem þú vilt drekka af þessu borði."

"Jæja, er einhver djús hérna?" spurði hún og leit í kringum sig á hina ýmsu bolla.

Ég hló: "Nei, en það er áfengi."

"Hvað er þetta?" krafðist hún og benti á áfengisflöskurnar.

"Áfengi."

Hún settist niður með bolla og sötraði.

Stúlkan gerði andlit og andlit hennar fór að líkjast fölbleiku.

Ég brosti.

"Hvað með þetta?" spurði hún og benti á vínið.

"Vín,"

Hún tók svo upp bolla og tók svo fyrsta sopann.

"Grot! Það bragðast falskt! Það lyktar eins og það sé úr málmi!" sagði hún þegar bikarinn var settur niður.

Ég hló. "Þess vegna drekkur þú ekki vín; þú drekkur aðra hluti."

Hún brosti.

"Hvað er þetta?" Hún benti á sakir.

"Japansk sakir,"

Hún tók það og drakk það svo.

„Þetta bragðast undarlega," sagði hún.

Ég leit yfir hana af athygli.

"Ertu viss um að þú viljir halda áfram að drekka?" spurði ég hana.

"Já, mér líkar það; allt skrítna bragðið og einstaka týpan í munninum - mér líkar það."

Hún bætti kolli við.

Ég er pirraður.

"Hvað er þetta?" spurði hún og benti á Vodka.

"Vodka,"

Hún brosti.

"Mig hefur alltaf langað til að prófa Vodka!" bætti hún við.

Hún tók það upp og sötraði glas áður en hún hellti öllu í munninn.

Ég hló: "Fjandinn, þú drekkur mikið."

Hún brosti: "En ég er ekki áfengisfíkill og þetta er í fyrsta skipti sem ég er."

„Þú drekkur mikið fyrir byrjendur,“ sagði ég við hann.

"Það er vegna þess að mér líkar það!" sagði hún þegar hún teygði sig í annan bolla af vodka.

Ég er pirraður.

Hún lagði höndina á öxlina á mér og tók sopa af öllu.

Ég hló.

"Hvað er þetta?" spurði hún og benti á glerbollann.

"Kokteil,"

"Ooooh, kokteill, mig hefur alltaf dreymt um að drekka kokteila líka!" sagði hún um leið og hún greip hann og hellti svo öllu í munninn.

"Þetta bragðast mjög vel!" hrópaði hún og greip annan bolla til að drekka allt.

"Þú veist ekki hvernig á að drekka áfengi." Ég hló og stokkaði á öxlunum.

"Hvernig drekkurðu það þá?" hún spurði.

"Þú þarft ekki að hella öllu í munninn - það veldur þér svima hraðar," sagði ég við hann.

"Hverjum er ekki sama?" sagði hún, hristi hendurnar, tók vodkaflöskuna og drakk svo allt.

Ég ljómaði.

"Hvað er þetta?" krafðist hún.

„Andar,“ sagði ég.

"Andar?" hún spurði. Hún hrifsaði bollann og stakk öllu í munninn.

Hún prjónaði augabrúnirnar og gerði svo andlit.

Hún hrifsaði annað glas af Vodka og drakk svo allt upp.

„Jæja, hvernig var nóttin? Ég spurði í því skyni að draga athygli hennar frá því að drekka of mikið.

"Leiðinlegt! Þetta var leiðinlegt!" hún sagði.

Ég hló, og svo varð spennuþrungin þögn.

Hún tók 5. glasið sitt af Vodka og neytti alls þess.

"Vanessa, ég held að þú sért að drekka of mikið," sagði ég við þig.

Hún brosti.

Ég stakk höndunum í vasann og horfði svo á heiminn í kringum mig.

"Sjáðu, Vanessa," sagði ég og hún hristi höfuðið til mín og starði á mig. Ég sé að hún er að reyna að vera svolítið bleik.

„Mig langaði að deila þessu með þér, en ég er viss um að þú veist það nú þegar ... Okkur var truflað ... Það sem ég er að reyna að koma á framfæri er sú staðreynd að " Vanessa datt ómeðvitað í fangið á mér og ég hló.

"Vanessa?" Ég spurði.

Hún var brjáluð.

Maður andvarpaði og ég leit upp til mömmu.

"Fljótlega, farðu með hana upp á efri hæðina - ég vissi það; ég hefði líka átt að fá mér vatn!" sagði hún og fór svo að verða reið út í sjálfa sig.

Það var komið að mér að lyfta Vanessu til að bera hana í brúðarmeyjastíl niður stigann. Ég heyrði gestina á neðri hæðinni æpa.

Ég sneri höfðinu.

Ég gekk inn og lagði Vanessa niður.

Það var rétt að stíga skref til baka þegar handleggur sveif í gegnum hálsinn á mér.

"Jason," hvíslaði Vanessa. Ég fann lyktina af áfengi úr munni hennar. Hins vegar var lyktin af henni dauf.

"Ég ... Við viljum gjarnan hafa þig áfram í rúminu mínu í kvöld." Rödd hennar var hvíslað.

"Vanessa, fyrirgefðu, ég er það ekki. Ég ætla að ganga aftur niður," svaraði ég og sleppti hnakkanum.

Hún kastaði örmum sínum í skyndi og sagði: "En ég vil að þú ... Ég vil að þú farir að sofa með mér í smá stund."

Ég andvarpaði, "... Fínt,"

Hún brosti.

Ég gekk í burtu og fjarlægði allt nema boxarana mína.

Ég lá á rúminu með henni. Rúmið var óþægilegt. Það var ekki eins og sófinn eða gestaherbergið.

Vanessa sneri sér að mér. Hún greip hægt í höndina á mér og hélt í höndina á mér.

Ég brosti. Neistarnir voru að sjálfsögðu að kvikna. Ég myndi gjarnan vilja fá hana með; hins vegar er ég viss um að ég myndi ekki gera það.

Aðeins nokkrum mínútum síðar sleppti hún hendinni á mér, stóð upp og sagði: "Höfuðið á mér er eins og brjálæðingur."

Ég vaknaði.

"Viltu pillu?" spurði ég hana.

Hún leit á brjóstið á mér.

"Þegiðu." hvíslaði hún." . . . Ertu enn reiður við mig?"

„Ég vil ekki að þú sért reiður út í mig . . . sagði Vanessa. Hún vafði handleggina um hálsinn á mér og fór að leika sér að hárinu mínu sem var á bakinu á hálsinum.

Ég brosti.

"Jason?" hvíslaði Vanessa. Vanessa færði hendina yfir átta pakkana mína. Hún var með flotta fingur og það var falleg tilfinning þegar hún var að snerta mig svona.

"Já?" spurði ég brosandi og hló.

"Vertu heiðarlegur við mig, allt í lagi?" hún spurði.

Ég beið þolinmóður eftir að hún talaði.

"En ég er að segja þér ... Segðu mér, hversu mörgum konum hefur þú haft ánægju af að sofa hjá ... allan tímann?" hún spurði.

Ég hikaði.

"Segðu mér." Hún sagði.

"Þrír." Ég laug.

" . . Lair. Fat Lair. Feit." sagði hún, hvíslaði og brosti, "Ég sagði, 'segðu mér sannleikann'."

"Allt í lagi ... ég ætla að segja þér satt að þessu sinni. Ég hef sofið klukkan 11." Ég sagði þér það.

Hún setti mig niður í eina sekúndu áður en hún spurði: "Viltu sofa hjá mér?"

Augu mín stækkuðu. Ég bjóst ekki við að hún myndi spyrja: "Já."

Hún hallaði sér inn og setti höfuðið á hálsinn á mér.

Ég hló þegar ég áttaði mig á því að hún andaði að mér lyktinni.

Að vera svona nálægt mér hefur gert úlfinn minn lausan. Ef hún gerði eitthvað annað en það myndi úlfurinn minn taka við stjórninni og framkvæma hluti sem mér dettur ekki í hug að gera, en ég er það ekki ennþá.

"Þú veist að mér líkar mjög við augun þín; þau eru svo falleg - þessi græni litur." Hún hrópaði og lyfti höfðinu áður en hún lagði hendurnar á hálsinn á mér.

Ég brosti til hennar þegar hún rétti fram höndina og strauk hendinni yfir kinnbeinin á mér.

Hún hallar sér í krókinn. Hún var mér nærri; úlfurinn minn varð æstur. Ég reyndi að ýta yfirþyrmandi tilfinningunni frá mér í von um að hún myndi endast lengur.

"Og ég dýrka hárið þitt! Hvernig þau detta yfir augu þín þegar þú ferð að sofa ... Manstu þegar þú svafst á öxlinni á mér í farartækinu þegar við keyrðum á sjúkrahúsin?" spurði hún og brosti.

Hún tók hendurnar af hálsinum á mér og lék sér í hárinu á mér.

Brosið mitt var spennt bara við að hlusta á Vanessu verða hrifin af því sem henni finnst frábært við mig. Ég var viss um að ef hún væri ekki drukkin myndi hún aldrei segja neitt þessu líkt.

"Og þú veist hvað ég elska mest við þig?" spurði hún hikandi.

Ég beið þolinmóður eftir svari hennar.

"Ég hef mjög gaman af ... varirnar þínar." Hún brosti og sagði það áður en augun lokuðust örlítið og hún hallaði sér að mér.

Ég fann hvernig hjarta mitt togaði við orð hennar.

Hún vafði handleggina um hálsinn á mér og hjarta mitt fór að slá.

Hún hallaði sér að mér og kyssti mig. Maginn minn sökk þegar ég fann varir hennar á móti mínum. Ég saug varir hennar með mínum. Mér finnst rándýrið taka yfir mig. Ég gat ekki haldið mér frá þeim aðgerðum sem ég var að grípa til. Það sem Vanessa var að gera var að dáleiða. Handleggur minn var vafinn um háls hennar og hönd mín renndi yfir lærið á henni. Ég sá varir hennar glitra af gleði. Úlfurinn minn var að búa sig undir að verða látinn laus, en hugur minn sneri aftur að raunveruleikanum. Ég dró Vanessu varlega út af vegi mínum.

Ég var ekki viss um hvor var meira agndofa, ég eða Vanessa.

"Ummm, Vanessa . . . Af hverju færðu ekki góðan næntursvefn? augnablikið? Þú ert líklega að hugsa - "

Hún dró til baka og hún byrjaði að opna augun.

Hvað er málið sem þú átt við? Ég var nálægt því að gera hana að okkar eigin! Úlfurinn minn öskraði og varð reiður.

Hún horfði á mig og vakti síðan athygli sína aftur og ætlaði að kyssa mig.

Höfuðið á mér var snúið við, svo hún kyssti kinnar mínar.

Hún tók nokkra sentímetra áður en hún settist treglega á dýnuna.

"Af hverju vildirðu ekki kyssa mig?" spurði hún um leið og ég sneri höfðinu til að horfa í augun á henni. Ég gat sagt að hún væri slösuð, en ég gæti það ekki, annars gæti ég misst það.

"Vanessa, af hverju sefurðu ekki -"

"Jason ... Kysstu mig, er það ekki?"

Ég horfði á höfuðið á mér og hristi það. "Sjáðu, Vanesa, ég get þetta -"

"Er ég ekki nógu falleg?" spurði Vanessa hátt.

"Nei, Vanessa, þú ert fegurð -"

„Af hverju geturðu þá ekki elskað mig eins og þú elskar þessar stelpur í rúminu þínu? sagði hún af meiri krafti.

"Vanessa, heyrðu, það var ekki -"

"Eða er það vegna þess að þú svafst ekki hjá mér áður? Jæja, núna vil ég sofa hjá þér. Ég vil gera það með þér! Er ég ekki eins kynþokkafull og ... hvernig er andlitið á henni, ó já, Brittany? " spurði hún og tók rennilásinn aftan á kjólnum sínum. Hún lét það renna niður á dýnuna.

Ég fann krossinn á mér vaxa innan í boxerunum mínum þegar augun mín skönnuðu allan líkamann hennar. Hún var í svörtu ólarlausu brjóstahaldaranum sínum og svörtum blúndubuxum og þetta var í fyrsta skipti sem ég sá Vanessa alveg nakin.

Hún gekk nær mér, en ég hélt henni frá. Hún var ekki einu sinni nakin og ég var þegar orðin mjög bólgin.

"Viltu virkilega að ég líti út eins og konan sem er drusla? Allir segja þér að hún sé drusla og það eru margir strákar eins og hún ... Ég er viss um að þú munt verða aðdáandi hennar. . . Hins vegar myndi það hjálpa ef þú gerðir það ekki, það er ósk mín að þú verðir hjá mér, hefur þú sofið hjá henni áður? spurði hún og samstundis rifjuðust upp minningar um Brittany.

Ég svaraði henni ekki.

„Ég hata þig, feita skvísan þín". sagði hún og sló á brjóstið á mér.

"Vanessa, við getum talað saman á morgun; af hverju ekki -"

"Jason, Jason, mér líður illa ... mig langar að kasta upp!" sagði hún.

Ég opnaði augun og hjálpaði henni að komast upp úr rúminu sínu. Ég fór með hana á baðherbergið okkar og hún ældi.

Ég gaf henni vefjuna og hún þvoði munninn.

Hún henti vefjunum frá sér og gekk af klósettinu.

"Finnst þér -"

Hún datt yfir mig.

Hún var borin í rúmið.

Ég lagði hana á gólfið og dró hlífina yfir líkama hennar.

"Jason ... viltu virkilega giftast?" spurði hún dauflega.

Ég gekk til hennar.

„Jæja, það er í rauninni ekki valkostur hvort við erum gift eða ekki,“ muldraði ég. Ég var að klóra mér í hausnum.

"Ég - ég vil eiginlega ekki giftast," muldraði hún og rétti fram höndina til að leita að mér til að grípa í hendurnar á mér.

"Afhverju er það?" spurði ég hana á meðan ég lá. Hún hélt í höndina á mér til að búa til chomp. Ég gat fundið hjartslátt hennar. Ég brosti við tilhugsunina.

Hún þagði í eina sekúndu áður en hún svaraði.

"Vegna þess að ... hvað gerist ef við erum í raun ekki sköpuð fyrir hvort annað?" spurði hún og sneri líkama sínum í aðra átt en mér. "Hvað gerist ef við sláumst og við förum að hata hvort annað að eilífu?"

Hún hélt í höndina á mér og kreisti mína.

"Hatar þú mig?" Ég spurði.

Hjarta mitt sökk á meðan ég beið eftir svari og hún svaraði ekki.

"Hatar þú mig?" sagði hún í staðinn.

Ég starði á hana í um það bil heila mínútu.

Þetta var í fyrsta skipti sem ég hef getað raunverulega horft á Vanessu í eigin persónu (án þess að telja augnablikið þegar hún kyssti mig).

Dökkt hárið hékk á hliðinni á andlitinu og löngu dökku augnhárin hennar voru dökk. Nefið er langt og beint og varir hennar eru aðskildar. Grannir, fölbleikir fingurnir hennar voru vafðir um augun og ég heyrði mildan andardrátt hennar.

Ég vildi næstum ekki svara, en ég gerði það.

"Ef ég á að vera heiðarlegur ... þá hata ég þig ekki ...." Ég svaraði dálítið hikandi. Ég hef aldrei deilt tilfinningum mínum með neinum áður þar sem ég hef aldrei dáðst að neinni stelpu eins mikið áður. Ég hef aldrei orðið ástfangin af neinum áður. Hins vegar, með Vanessu, hef ég aldrei upplifað svona tilfinningar áður og hún fær mig til að gráta af ástúð sinni.

Ég hallaði mér aftur og hörfaði við svip hennar.

Það varð stutt þögn og ég trúði því að hún hefði sofnað.

"Ég held að ég sé ekki hrifin af þér. Ég hataði þig alveg frá upphafi, og ég hata þig enn. Þú ert feitur ... þungur, þú ert fíll og þú ert hrekkjóttur, snotur og kellingur ... Ég hata þig fyrir það, og við erum tveir ólíkir heimar .. . .

Ég sat og horfði á hana einu sinni, og þá var ég upp og klæddist.

Kannski er betra að sofa í öðru herbergi

Ég lagði leið mína að útidyrunum og hélt svo inn í gestaherbergið mitt.

Ég get sagt að það hafi verið friðsælla fyrir utan, en ég býst við að gesturinn hafi farið eða að ég hafi eytt tíma á því svæði með Vanessu. Hins vegar, hver sem ástæðan er, hef ég ekki áhyggjur.

Ég andvarpaði og lokaði hurðinni á eftir mér. Ég sat í sófanum.

Ég nuddaði hausinn og hrópaði: "Af hverju þarf þetta að vera svona fjandans flókið? Fjandinn hafi það!"

Ég lokaði augunum og dró svo djúpt andann.

Héðan í frá mun ég fylgja vegi mínum og hún heldur áfram á leið sinni. Það virðist sem við getum ekki verið saman á kærleiksríkan hátt. . .

En ég er viss um að ég er að falla fyrir þér. . .

(Hæ krakkar (Hey, krakkar! Þetta er Katy aftur! >.Ég myndi ekki segja að mér líki við að skrifa glósur fyrir höfunda, svo ég ætla að hafa það stutt. Það er Vanessa í fyrsta sæti; því miður, einn kafli er fyrir Jason bara! Hvað fannst þér SAD? Ég get það. Halló, ég vona að þú hafir gaman af þessum kafla eins og aðrir kaflar bókarinnar. XOXO
~ K.W.)

~~

Ég vaknaði mjög snemma daginn eftir. Ég reyndi að fara að sofa en gat það ekki og stöðugt höfuðhöggið fékk mig til að öskra.

Ég þjáist af timburmenn. Hvað kom mér hingað? Til sjálfs míns.

Ég settist niður og eftir nokkrar mínútur tók ég eftir því að Jason var ekki í herberginu. Það sama gerðist á hverjum degi þegar ég áttaði mig á því að Jason dvelur ekki lengur hér.

Ég rauf þegar nöldrandi handverkur bólgnaði upp.

Ég er eitt dautt kjöt.

Ég andvarpaði og stefndi hægt í átt að útidyrunum. Mig langaði að fá mér áfengan drykk.

Ég hélt mér við handrið stigans í von um að ég myndi ekki renna til og detta.

Það kom mér á óvart að sjá að það var enginn á þessu svæði, þar á meðal meyjarnar sem fara á fætur svona snemma á hverjum degi.

Eftir 10 mínútur 10 mínútum síðar fór ég fram í eldhús og skipti yfir í lýsingu.

Ég opnaði alla klefana en sá enga bolla við afgreiðsluborðið.

Að lokum, glerbikarinn sem ég brosti. Ég þvoði það og ætlaði að hella upp á vatnið mitt þegar hurðin að eldhúsinu opnaðist.

Ég stökk og kastaði glerbikarnum yfir höfuðið á mér.

Glerbikarinn brotnaði í milljón bita.

Ég andvarpaði.

Þá var ljóst að konan var það. göngugötu Cohen og að það gæti verið hún sem er þarna.

Ég leit í kringum mig og vonaði við Guð að svo væri ekki.

Í staðinn var það Jakob – lofið Drottin.

"James?" Ég spurði, hvað þarftu að vera að gera á þessum stað?" spurði ég.

Hann brosti og sagði: "Vaknaði og gat ekki sofið. Ég sá að eldhúsljósið var opnað, svo ég ákvað að kíkja við."

Hann leit á glasið.

Ég var að roðna.

"Ég skal þrífa það." Ég sagði fljótt: "Veistu hvar handklæðin eru?"

"Nei..."

"En býrð þú ekki lengur í þessu húsi en ég? Hvernig veistu það ekki?"

"Ég bý að vísu lengur í þessu húsi en þú, en ég veit ekki hvar handklæðin eru. Meyjan breytti öllu. Ég þekki allt svo vel hér að þegar ég var lítil, þá gekk ég hingað inn með slökkt ljós, og Ég myndi samt vita hvar maturinn er." Hann bætti við.

Ég glotti, "Borðarðu á kvöldin?"

Hann hristi höfuðið og brosti lítillega.

"Óþekkur strákur!" Ég öskraði með kippandi haus og brosti.

"Jæja, ég skal spyrja þig einföldustu spurningarinnar, þar sem ég hef ekki komið hingað áður. Veistu hvar ruslatunnan er?" Ég spurði spurningarinnar hægt.

"Já, hérna inni." Hann brosti og sagði.

"Geturðu tekið það út? Við þurfum að þrífa þessi glös." Ég spurði.

"Við?" Hann spurði.

"Já, við ... við ætlum að þrífa þetta. Það varst þú sem hræddir mig." Ég svaraði og dró ruslatunnuna af.

"Fínt." Hann muldraði og dró höndina.

"Ertu viss um að þú veist virkilega ekki hvar handklæðin eru?"

"Já, ég veit ekki hvar þeir eru." Sagði hann.

Ég leit á úrið mitt, "Kannski þarf ég að taka það upp með eigin höndum."

Ég fjarlægði glerbitana hægt og rólega og henti þeim út.

"Bíddu, hvar eru meyjar?" spurði ég.

"Í dag er frídagur þeirra." Hann bætti við.

Ég andvarpaði og fór aftur að taka upp bitana.

Loftið var þögult í þögn.

"Svo, hvernig hefurðu það með þér og Jason?" Spurði hann að þögninni lokinni; kjálkinn á mér féll í því ferli.

Glasið mitt var látið falla og það skarst í húðina á mér.

Augu mín stækkuðu.

"Ég fékk skurð!" Ég sagði: "Sáður!"

"Ég ætla að reyna að finna einn; bíddu hér!" sagði James og hljóp út úr eldhúsinu.

Við skulum vona að maðurinn viti hvar sárabindin eru! Ég var að hugsa með mér.

Ég sat og starði á rakarann minn hversu lengi, en ég beið þangað til James kom aftur.

"Hér er sárabindið; ég reyndi að finna minni, en ég gafst upp." Hann rétti mér stóru sárabindið.

Ég tók það á endanum og setti það á skurðinn minn.

"Frábært." Ég hélt.

Ég tók eftir því að James byrjaði að setja sárabindi yfir fingur hans.

"Bíddu, klippti ég þig? Sjáðu, fyrirgefðu - "

"NEI! Ég er bara að setja á mig sárabindi svo glerið skeri mig ekki; það klippir sárabindið. Þar sem við höfum ekki handklæði til að taka það upp er þessi leið öruggari." Sagði hann.

Ég glotti, "Smarticle particle."

"Jæja, nú skulum við taka allt upp." Hann lýsti því yfir.

****

Ég skrapp í buxurnar og tók öll sárabindin úr, að undanskildu því sem var með skurðinn.

"Loksins gert!" Ég grét og mölvaði öll þessi sárabindi saman í eina litla kúlu. Ég setti það svo í ruslafötuna með "æðislegu" körfuboltaskorunum mínum. Auðvitað er ég ekki sú manneskja sem ég var svolítið illa við og þess vegna saknaði ég þess algjörlega. Hann brosti og henti svo hlutnum til mín.

Ég teygði mig.

„Við skulum fara út úr eldhúsinu,“ sagði James.

Hvað er málið með það? Eftir það urraði í maganum.

Maginn minn var sveipaður í fangið á mér og ég brosti.

James hló.

„Allt í lagi,“ sagði hann. „Jæja,“ sagði hann og ýkti orð sín.

"Kannt þú að elda?" Ég spurði og roðnaði meira vegna þess að ég get ekki eldað og ég er kona. Ég er ekki að mismuna, en ég fór á matreiðslunámskeið í tvö ár og get ekki eldað hrísgrjón eða sjóðað vatn án þess að bíða í klukkutíma og átta mig svo á því að ég kveikti ekki á eldavélinni.

James var pirraður í augum hans. "Nema þú viljir fá eitur."

Ég brosti og ég hélt að ég og hann værum í sama báti.

"Kannt þú að elda?" Hann spurði "Þú ert sá sem vill mat."

„Þú hlýtur að hafa óvenjulegan smekk og þolinmæði ef þér líkar við matargerðina mína,“ sagði ég og setti augabrúnirnar á mig.

Hann brosti.

"Allt í lagi, svo hver ætlar að elda ef við kunnum ekki bæði að elda?" Hann spurði.

„Við báðir,“ svaraði ég.

"Aftur?" Hann spurði.

"Allt í lagi, gerðu þá hvað sem þú vilt; þú hefur ekkert að gera líka. Það cru samt allir sofandi, og það væri dónaskapur ef þú vekur þá bara." svaraði ég og brosti brosandi.

"Jæja, hvað viltu búa til?" spurði hann.

"Omeletta," lagði ég til og valdi eitthvað einfalt til að búa til.

"Jæja, við skulum byrja."

Ég safnaði fjórum eggjum, mjólk og salti ásamt vatni, hveiti og sykri.

„Ég held að þetta séu innihaldsefnin,“ sagði ég.

James tók pönnuna úr höndum sér og kveikti í eldinum.

Ég klikkaði eggið.

"Hvað í fjandanum?!"

"Hvað?" spurði ég og starði á James.

"Þú áttir að setja olíu."

"Nei, þú gerir það ekki!" Ég svaraði: "Hver setti olíu í egg?"

"Allir."

„Ekki ég," svaraði ég, yppti honum öxlum og notaði svo snúningsbúnað til að velta egginu.

Hey, ég finn ekki flip-beygjuna!

"Hæ!" Ég öskraði á axlir mínar: "Ég get ekki snúið egginu!"

James hló.

"Hæ! Hættu að hlæja og hjálpaðu mér!"

"Sjáðu til! Ég sagði þér að setja olíu á pönnuna áður en þú setur eggið."

"Jæja, ég skil það; hvað á ég að gera við eggið? Ég á erfitt með að snúa því við." Ég spurði.

„Hendið því, það er ekki ætið".

Ég þvoði eggið og ákvað svo að elda það aftur.

Ég setti fyrst olíuna út í áður en ég hellti egginu.

Þegar ég reyndi að snúa henni var það miklu auðveldara.

"Sjáðu punktinn minn?" spurði James mig, sat fyrir aftan öxlina á mér.

Ég var að roðna.

Svo bætti ég saltinu við.

"Á ekki að setja út í sykurinn?" spurði James.

"Sykur? Í eggi?" Ég spurði.

"Já, hvert egg sem ég borða er svolítið sætt."

"SÆT?! Frá hvaða plánetu ertu?" Ég spurði.

Hann sneri höfðinu, "Ég sver það!"

Ég lyfti handleggjunum, krosslagði handleggina og lyfti augabrúninni.

"Hvað sem er!" ég söng.

Ég bætti við 2 bollum af vatni, hrærði eggið og hrærði það.

"Vatn, ertu viss?" spurði James.

„Já, vatn losar eggið, gerir það mjúkt og ekki stíft," svaraði ég og vísaði til kennara sem mállauss barns.

"Mjúk?" spurði James eins og hann hefði aldrei heyrt um þetta orð áður.

"Já, en við viljum ekki hafa það of mjúkt, þannig að þú setur hveiti út í. Matreiðslukennarinn minn sagði að hveiti og vatn saman gera hluti sem eru ekki of mjúkir og ekki of stífir." svaraði ég.

"Allt í lagi, minntu mig bara á að borða ekki þessa svokölluðu eggjaköku."

"Hey! Ég móðga ekki matreiðsluhæfileika þína! Svo ekki móðga mína nema þú viljir að ég tjái mig um allt sem þú gerir!" Ég sagði honum að ég beindi kerrunni minni að honum.

Hann rétti upp höndina til að gefa til kynna að hann væri að segja af sér.

Það var hrært í því og svo var það klumpur af leirlíku augabrún á pönnunni.

James hló.

Ég roðnaði þegar ég henti egginu hljóðlega.

„Láttu atvinnumanninn sjá um þetta," sagði James og ýtti mér til hliðar.

„Profurinn", ha? spurði ég.

"Já, stígðu til hliðar; láttu James yfirmann ganga í gegnum!" Hann lýsti því yfir.

Ég hló.

Hann bætti smjörinu í skálina og skellti því eins og það hefði verið heimiliseldhúsið allt sitt líf. Hann bætti sykri og salti við eggið.

"Af hverju ertu að setja salt þegar þú baðst mig um að gera það ekki?" spurði ég og beygði handleggina.

„Vegna þess að það getur bragðast salt og sætt, en ég set meira sykur en salt." Sagði hann. Ég horfði á hann brosandi og krosslagði handleggina.

Hann bætti maíssterkju við og byrjaði að hræra í því.

"Af hverju ertu að setja maíssterkju?"

"Þannig færðu hvíta litinn."

Ég er pirraður.

Hann hellti í smjör. Byggt á reynslu sinni sagði hann smjör mýkja efnið.

Hann lokaði lokinu og við biðum í 20 mínútur.

„Það er ekki búið að elda ennþá".

"Hvenær verður því lokið?"

"Ég veit ekki."

"Alltaf sem ég, - ekki - svo - góður - í - að elda - manneskja, veit að eggjaköku tekur ekki svo langan tíma að elda," sagði ég við hann.

Hann opnaði lokið aftur og fann eina ógeðslega morgunverðareggjaköku. Ljót.

„Ég held að þetta sé ekki ætið," hvíslaði ég að sjálfum mér og horfði á eggjalaga eggjakökuna.

Hann henti því frá sér.

"Veistu hvað? Ég held að ég eldi betur en þú." svaraði ég og tók snúningsmanninn úr hendi James.

"Hvað?! Það er ekki satt." sagði James og sneri hjólinu til baka.

"Er líka."

"Er ekki!"

„Gefðu það til baka," sagði ég og strauk harkalega.

"Nei, það varst þú sem varst að sóa egginu!"

"Ertu að grínast? Hver í þessum heimi setur maíssterkju í eggjakökuna sína!? maíssterkju!!" Ég spurði.

"SVO? Hver setur SALT í eggjakökuna sína?" spurði hann og dró handfangið að sér.

"Gefðu mér það!"

"Nei, gefðu það -"

"James? Vanessa?" spurði rödd.

Ég andvarpaði og sleppti snúningsmanninum sem James var að draga til baka og það varð til þess að hann féll á bakið.

"Jason?" spurði ég og hristi höfuðið. "Morgunn?"

Hann horfði á mig frá James og svo til baka.

"Hvað eruð þið að gera hérna?"

Ég roðnaði. „Er að reyna að... elda eggjaköku til að borða .. En ég býst við að ég haldi mig við granólastangirnar. svaraði ég.

Ég þreif granólastangirnar og gekk svo um í eldhúsinu.

Af hverju tók ég ekki bita af granólastöngunum í fyrsta lagi? ???! !

Ég gaf James einn af börunum.

"Jason, viltu einn?" spurði ég og leit í kringum mig.

Hann hló og breytti síðan viðhorfi sínu til að segja „Nei".

Ég leit á úrið mitt, "Hvað er að honum?"

James brosti og hristi höfuðið.

„B.P.," svaraði ég.

"Hvað?! Hvað er það?"

"Það stendur fyrir Boy Period."

James fékk sér sopa og svo sinn fyrsta bita af Granola-barnum. Ég brosti.

~~

"James, tókstu eftir því hvernig Jason hefur leikið síðustu 3 daga?" spurði ég James og hann hristi höfuðið.

Síðan þegar Jason var trúlofaður á trúlofunarnóttinni virtist Jason vera fjarlægari en nokkru sinni fyrr.

Hann talaði ekki við mig lengur, og hann kom aldrei inn í svefnherbergið okkar í sekúndu eða tvisvar! Hann horfði ekki einu sinni á mig. ég

Mér fannst eins og hann hefði engan áhuga á mér og það olli því að ég var sorgmædd.

Gerði ég mistök?

Gæti það verið vegna þess að við erum trúlofuð en ég er samt ekki að biðja hann afsökunar á atvikinu?

Gæti það stafað af einhverju sem ég sagði ekki í trúlofunarnóttinni?

Það gæti verið vegna þess að ég kynnti foreldra mína ekki fyrir honum.

„Ég býst við," sagði James um leið og hann horfði á Jason þegar hann fór út úr stofunni sinni.

— Gerðirðu honum eitthvað? spurði ég og horfði á James.

James opnaði augun og hristi hendurnar og sleppti.

"HVAÐ?!" Hann sagði: "Ég gerði honum ekki einu sinni."

"Hvers vegna lætur hann þá svona?" Ég andvarpa og horfi á flatskjásjónvarpið í stofunni.

„Þegar hann lætur svona þýðir það að hann sé vitlaus." James horfði á mig.

"Við hvað?!" spurði ég.

Hann andvarpaði: "Þú verður að spyrja hann sjálfur."

"Hvað?!" spurði ég um leið og ég horfði á hann. "Ég?"

"Já, bless, ég verð að fara að kíkja á Jen."

Hann stóð af sér og fór út úr herberginu og skildi mig eftir einn.

Ég hugsaði um það og ég hélt að ég yrði alveg eins og James eða Jen. Ég var öfundsjúk yfir að vera einstaklega hamingjusöm hjón. Ég er viss um að þeir hafa aldrei barist.

Ég vakti athygli mína á myndinni. Ég var að njóta Twilight Breaking Dawn einn.

Það tók mig smá tíma að skilja hvers vegna þeir léku uppáhaldshlutverkið mitt: þegar það var brúðkaup Bellu.

Ég vil að ástarlífið mitt verði jafn gott og Edwards og Bella, eða að minnsta kosti eitthvað nálægt því.

Ástarlíf allra virðist fullkomið. . . Annað en mitt.

Ég horfði á þegar Bella horfði á hana niður ganginn. Hún hélt taugaspennt í hvítu blómin í vöndnum.

Hún gekk hægt yfir ganginn.

Glæsilegur hvíti kjóllinn var töfrandi.

Skjárinn breyttist og sýndi trúlofunarhringinn hennar. Hringurinn hennar var fylltur demöntum, nákvæmlega eins og loforðahringurinn.

"Loforðahringurinn . . . Var hann ennþá reiður útaf því??" Ég muldraði með sjálfum mér.

"Nei, nei, nei, þetta var mjög langt síðan. Hann er ekki reiður." Ég svaraði með skjálfandi haus: "Og þetta er líklega ódýrasti hringurinn sem hann fann í skartgripabúðinni..."

"En það er mjög stór steinn á honum ... það er líklega dýrt." svaraði ég.

"Nei, en hann er ekki reiður yfir því; já, hann er ekki reiður." Ég áréttaði.

Af hverju finnst mér ég þurfa að sannfæra mig um að trúa á það?

Ég hristi höfuðið.

Hver hefur áhuga?

Ég velti þessu fyrir mér.

Ég sat í djúpu andanum og andaði hátt.

Næst þegar ég man eftir því að ég var uppi hoppaði ég upp úr sófanum og fór upp stigann. Ég tók upp úlpuna sem virtist mjög hlý. Ég fór á hnén og henti svo úlpunni yfir öxlina á mér.

Ég fór í regnskóna og hljóp út.

Ég kíkti í kringum mig. Ég gekk inn í sama skóg og ég hafði áður gengið inn í. Ég fór eins djúpt að skógarjaðrinum og ég gat. Ég reyndi að nota varúlfshvöt mína til að greina hvort það væri einhver hætta.

Ég skannaði svæðið.

Hvar gæti þessi barnalegi hringur verið?

Ég velti því fyrir mér og varð óánægður. Ég er ekki viss um hvað fékk mig til að líða svona - það gæti verið vegna þess að ég var einn í skóginum með engan til að leiðbeina mér, eða kannski var það vegna þess að ég fann ekki hringinn inni. þennan mikla rassskóg.

Ég var dálítið sorgmædd, stappaði um; Ég fór lengra og lengra inn í von um að finna hringinn.

Af hverju henti ég því út? Það gæti verið falskast í staðinn!!

Ég kýldi sjálfan mig í höfuðið.

Ég gekk áfram. Ég var ekki viss um hversu lengi, en það leið eins og mörg ár, og maginn minn fór að kurra.

Ég hugsaði mig um og settist niður á einni af rótum vörubílsins sem dinglaði út.

Hver var ástæðan fyrir því að ég gerði mér það? Hver var ástæðan fyrir því að ég gerði það við sjálfan mig?

hugsaði ég með mér.

Ég lá á stofnum trjánna. Ég svaf eins og barn, ég var örmagna eftir langar gönguferðir. Það byrjaði að kurra í maganum á mér, en í þetta skiptið var það mun hærra.

Enginn getur hjálpað mér að þessu sinni ef ég dey.

Ég var að hugsa um það, og augnablikið þegar Jason bjargaði mér frá dauða þegar ég dó næstum, kom aftur til mín.

Ég var ekki viss um hvað væri að gerast en þessi hugsun kom mér á fætur og ég varð ákveðnari í að finna hringinn en ég hafði nokkurn tíma verið.

Ég gekk enn einu sinni í gegnum skóginn. Ég er ekki einu sinni viss um hversu langt ég hafði gengið innan skógarins. Ég hélt áfram að labba þangað til mér leið eins og ég væri í úlpu. Þó að úlpan virtist hlý, var hún í rauninni ekki heit. Það gæti virst vera feld úti; þó að innan var þetta ekkert annað en strengur.

Ég hef skrifað huga minn til að biðja Beth og Sunny að kaupa mér meira hlý föt (ef ég fer einhvern tíma úr skóginum).

Ég faðmaði sjálfa mig og reyndi að halda hita á líkamanum áður en ég fékk ofkælingu.

Ég lá á jörðinni í skóginum og vafði mig um til að halda á mér hita.

Ég bað: Vinsamlegast. . . Ég verð að finna hringinn. . . Ég verð að finna hringinn. . .

Er það þarna? Kom það þangað? Var ég virkilega að henda því svo langt? Ég vil ekki þjást af ofkælingu. Ég vil finna hringinn.

Ég kreisti hendurnar, lokaði svo augunum. Ég reyndi að setja hendurnar í ermarnar svo þær yrðu heitar.

Ég lyfti augunum og horfði til himins.

Hvaða tími dags er klukkan??

Ég reyndi að horfa í gegnum lauf trésins; þó sá ég ekki dagsbirtu.

Ljósglampi birtist í augum mínum. Ég varð hrædd og nuddaði augun.

Hvað var þetta?

Ég er farin að verða reið.

Ég lokaði augunum og leit upp. Það blikkaði einu sinni enn, en í þetta skiptið virtust augu mín ekki einbeita mér eins hart. Ég starði á það með þvingunarsvip.

. . . . Ég sat í nokkrar mínútur og reyndi að komast að því hvað þessi fíni hlutur væri. .
.

Helduðru að það sé eyrnalokkur? . . . Lítur þessi demantur út eins og demantur? . . . Ertu viss um að þetta sé demantshringur? . . .

Ég klóraði mér í augunum og horfði aftur á það.

"Þetta er hringurinn!!" Ég brosti, "Ég fann það. Hvernig tók ég ekki eftir því?"

Ég brosti stuttlega og áttaði mig á því að raunveruleikinn var aðeins deyfari.

Hvað á ég að gera þegar það er alveg upp?

Eini kosturinn var að klifra í trénu. Það var gott að mamma fór með mig einu sinni í útibúðir. Ég hataði það til dauða.

Ég er ekki viss um hvað er að gerast hjá mér, en ég fór úr regnstígvélunum og úlpunni, jafnvel á meðan ég var bókstaflega í skjálfta.

Á meðan ég nötraði tóku fætur mínar fyrstu greinina og héldu svo áfram að klifra. Guði sé lof að ég mundi ekki hvernig ég gat klifrað í tré.

Ég skrifaði líka huga minn um að skrifa 10 blaðsíðna þakkarbréf til mömmu.

Ég hélt áfram að klifra þar til ég var við hliðina á hringnum.

Ég skalf af kulda og hnéð skalf undir fótunum.

Ég brosti.

"Ég fann þig!" Ég muldraði og með hendurnar mínar sem voru rauðar og dofnar tók ég hringinn hægt af greininni sem hún var sett í.

Ég gerði handlegginn í aflangan bolta og setti hann upp að brjósti mér. Ég brosti, lyfti hnefanum og renndi hringnum á fingurinn á mér sem Jason setti hringinn á.

Ég stóð rólega upp og tennurnar í mér bultuðu af kulda.

Ég féll rólega niður á jörðina og fór á spennuþrunginn hátt í regnstígvél, sokka og úlpu.

Ég andaði að mér heitu lofti í fingurna og nuddaði þeim síðan hratt saman í von um að hita þá.

Ég fjarlægði hringinn af ótta við að missa hann aftur á meðan ég gekk í gegnum skóginn.

Ég var óviss um í hvaða átt ég ætti að taka og fór hugsunarlaust að málum í von um að ganga í rétta átt.

Svo heyrði ég kallað á nafnið mitt, "Vanessa!"

"Vanessa!"

Hver er þetta? Er það Jason?

"Vanessa?"

"Jason?" Ég muldraði örlítið.

"Vanessa, ertu hérna úti?"

"Jason! Ég er hér!" öskraði ég til baka.

"Vanessa, hvar ertu? Ekki hreyfa þig, allt í lagi?"

"Allt í lagi." Ég grét aftur í rugli, vissi ekki í hvaða átt ég ætti að hrópa.

"Vanessa?"

"Já?" Rödd Jasons færðist sífellt nær.

Þegar hann ætlaði að birtast tók ég hringinn fljótt af hendinni á mér því ég vildi að hann vissi ekki að ég væri að leita að hringnum hans. Það var gert grín að mér.

"Hæ," sagði ég. Ég vissi ekki hvað ég átti að segja.

"Hvað ertu að gera hérna úti?" spurði Jason og varð reiður.

„Ég veit það ekki, ég var bara að labba; mér finnst ég bara vera föst þarna inni of lengi," sagði ég við sjálfan mig og vonaði að ég virtist vera að segja það.

Hann horfði á mig með augunum sínum sem voru svo skær og græn að mér fannst ég vera nakin. Hins vegar leit hann ekki til baka.

"Förum." sagði hann og fór að ganga af stað. Mér var skilið eftir að fylgja.

Ég hljóp til að ná í hann, en ég var stöðvaður af kuldanum sem ég varð fyrir.

Við gengum alla leiðina til baka án þess að tala um neitt. Ég fann til að tala við hann, en ég gat ekki fundið sjálfstraustið til þess.

Hvernig myndir þú bregðast við ef viðkomandi neitaði að svara? Hvað mun gerast ef við berjumst aftur? Ég ætla ekki að berjast aftur. Hvað þegar hann hatar mig enn meira síðan ég var að tala við hann?

Það mikilvægasta er hvernig get ég útskýrt hvers vegna mér líður svona?

„Í dag er fullt tungl,“ sagði Vicky þegar ég vaknaði.

"Í dag?" Ég spurði.

"Já, er það ekki frábært?" sagði Vicky. "Við verðum lausir allan daginn!"

„Frábært,“ sagði ég við sjálfan mig. Ég er að fara að breytast í loðið dýr sem þarfnast vaxs.

„Þú átt eftir að skemmta þér frábærlega í dag, ég lofa því,“ sagði Valerie.

Þeir hjálpuðu mér að undirbúa daginn.

"Í dag er óvenjulegur dagur fyrir alla varúlfa í heimi varúlfanna." Beth sagði: "Allir þurfa ekki að fara í skóla eða vinnu, og það er líka dagurinn sem flestir varúlfarnir finna maka sinn."

Beth leit upp skynsamlega.

Ég hristi höfuðið.

Í dag ætla ég að komast að því hvort Jason er vinur minn eða ekki.

Hugmyndin um að finna sannleikann hræddi mig til dauða.

"Hvernig veistu hvort þeir eru maki þinn eða ekki?" Ég spurði.

„Þegar þú finnur fyrir neistanum og náladofanum í hvert skipti sem hann snertir þig, og þú og félagar þínir geta deilt hugsunum,“ sagði hún.

Hjarta mitt slær hratt.

Ó Guð, vinsamlegast hjálpaðu mér.

"Og hvenær breytumst við í varúlf?" spurði ég.

„Þegar tunglið kemur út,“ segir Sunny.

"Svo, við verðum bara náttúrulega að varúlfi?" spurði ég.

„Já, allt sem þú þarft að gera er að kalla varúlfinn þinn,“ sagði Sunny.

"Jæja," sagði ég.

„Og öllum yrði boðið að koma hingað,“ sagði hún.

"Hér? Hvers vegna hér?"

„Þar sem frú og herra Cohen eru höfðuin og allir alfabúar eiga skóg, þurfa allir meðlimir hópsins að fara í alfaskóginn sinn svo allir geti sameinast á ný og verndað af öðrum meðlimum hópsins ef ráðist verður á okkur.

"Ráðist á okkur? Hefur einhvern tíma verið ráðist á okkur?" spurði ég.

"Já, en mjög sjaldan."

Ég kreisti varirnar á meðan hjarta mitt sló.

Kvöldið í kvöld verður frábært kvöld.

Ég skannaði svæðið og leitaði að hluta andlits í hópnum.

„Það er næstum kominn tími fyrir tunglið að koma út,“ sagði Jen og birtist nálægt mér.

Ég horfði á hana og sagði: "Ég er svo stressaður!!"

Hún brosti. "Ég líka, en í kvöld verður öllum gott kvöld."

Ég andvarpaði, en mér leið ekki þannig.

"Hvar er James?" spurði ég og breytti spurningunni.

"Ó, hann verður hér eftir nokkrar mínútur - þarna er hann! JAMES!!! HÉR!" Jen grét og sveiflaði handleggjunum.

Hvar er Jason?

Mig langaði að tala við Laylu en ég var þunglynd.

Ég er ekki viss, aðeins að ég veit að hann er ekki hluti af þessum hópi.

„Vanessa, ef þú þarft á mér að halda, þá verð ég þarna með James," sagði Jen við hana.

"... Allt í lagi," svaraði ég. Ég veifaði bless þegar hún fór með James.

Ég er ekki viss um hvað ég myndi vilja gera: drepa Jason alltaf þegar ég sé hann því hann situr á jörðinni og grætur. Enda brosa allir.

Er hann reiður við mig?

Ég er með spurningu til Laylu.

Já, hann er reiður

Hvað hefði ég átt að gera?

spurði ég og fór að pirrast.

Ef þú kemur auga á hann geturðu orðið varúlfur hvenær sem er.

Hluti af mér vill gráta „nei" þar sem ég hef engan til að deila lífi mínu með, og hluti af mér vill bíða vegna þess að ég er örvæntingarfull að upplifa hvernig það er, varúlfurinn.

Svo heyrði ég rödd öskra úr hálsi einhvers. Ég leit í kringum mig til að sjá að allir voru orðnir varúlfar.

Þegar ég byrjaði að hafa ekki hugmynd um hvað varúlfur væri í raun og veru hefði ég gefið þeim mjög góða tillögu um að bera vax á sjálfan þig. Hins vegar, þegar ég horfi á þau núna, eru þau meðal fallegustu dýra sem ég hef nokkurn tíma séð á jörðinni.

Glæsilegur feldurinn þeirra, sem var silfur, grár, dökkbrúnn og svartur, var svo mjúkur.

Þeir voru þegar að keppa í skóginn nálægt höfðingjasetrinu. Þeir voru svo fljótir að þú sást bara óskýrleika í feldinum á þeim.

Breyttu þér í varúlfur og þú verður varúlfur!!

Layla grét og hún bað um frelsi.

En . . .

Hugmynd um Jason var í hausnum á mér.

Hann hefur þegar breyst í varúlf. Ég finn fyrir hrolli hans.

Ég fór að finna fyrir kvíða. Ég byrjaði að vera kvíðin og viðkvæm en ekki eins góð og . . .

Ég dró djúpt andann og muldraði nafnið mitt, Layla. . .

Þegar ég áttaði mig fyrst á því að ég hefði breyst í varúlf fann ég fyrir lotningu. Allur líkami minn var hlýrri og það var auðvelt að finna beinin hreyfast um undir feldinum á mér. Ég fann hvernig skynfærin urðu ákafari - ég fann hvern kvist brotna af hverjum varúlfi sem leið hjá. Ég fann lyktina af hinum ýmsu tegundum af blómum sem vaxa í skóginum og ég sá hvert smáatriði í úlfunum sem gengu hjá. Þetta var sannarlega einstök upplifun - ég var heilluð af henni.

Það leið nokkru áður en augnablikinu lauk þegar ég var búinn að skipta og ég áttaði mig á því að ég var einn.

Ég veit ekki hvort ég á að hlaupa eða ganga eins og hinir hlaupararnir.

Ég veit ekki hvort ég ætti að fara að veiða eða horfa.

Ég þarf að setjast niður eða horfa á ævintýri hvers úlfs.

Ég veit ekki hvort ég ætti að gera eitthvað. Ég vil ekki fremja eitthvað rangt og koma fram eins og einhver að utan.

Layla?

Ég var að hugsa.

Ég legg til að þú spyrjir Laylu hvað henni finnst.

Layla svaraði hins vegar ekki.

Layla?

Ég reyndi aftur og aftur, en hún svaraði ekki.

Ef úlfur getur brosað, þá trúi ég því að ég sé að brosa.

Mér hefur aldrei liðið eins glatað áður.

Ég ákvað að ganga hægt í gegnum skóginn og ég fann engan varúlfa. Enginn þeirra, ekki einu sinni Jen eða James, var þarna.

Hvar eru þau?

Ég hélt að þeir væru allir farnir.

Ég hallaði mér að trénu og lokaði augunum til að halda þeim lokuðum. Ég reyndi að gráta ekki. Ég hef aldrei verið svona ráðþrota áður.

Gæti ég gert það ef ég hefði ekki hent hringnum og aldrei upplifað þessa reynslu? Ef ég hefði haldið meiri ræðu um Jason á trúlofunarnótt hans, myndi hann aldrei gera það sama við mig. Ef ég myndi líka gefa Jason loforðshring, þá er ég viss um að hann yrði sáttur. Ef ég hefði ekki endað með því að vera myrtur, þá hefði Jason ekki látið eins og hann væri reiður út í mig. Ef ég breytti mér ekki í varúlf þyrfti ég ekki að hugsa um hvað ég ætti að gera.

Ég leit upp og reyndi að róa einmanaleikann þegar ég sá Jason. Ilmurinn af andardrættinum hans var svo sterkur að ég var viss um að þetta væri Jason. Ég gat ekki staðist að horfa á hann. Pelsinn hans var glæsilegur — grár og silfur blandast saman. Það kom þó ekki í veg fyrir að hjarta mitt springi af tilfinningum. Allar tilfinningar mínar komu út í einu lagi – reiði, gremju, reiði og blöndu af hamingju, hatri, reiði, sorg, umburðarleysi og jafnvel vandræði.

Ég var að roðna að innan; hann gæti hafa skilið hvað ég var að hugsa.

Já ég gerði

Rödd Jasons leiftraði og ég stökk við tilhugsunina.

Hjarta mitt byrjaði að slá mjög hratt og ég fann hvernig það sló í hálsinn á mér.

Hann er besti vinur minn. . . Hann er sannarlega vinur minn. Ég heyrði hugsanir hans, skynjaði nærveru hans djúpt og skynjaði hann greinilega.

Ætlarðu að sitja hér og hugsa um mig alla nóttina?

Jason var spurður um það og eins og hann væri manneskja, þá er ég að veðja á að hann brosi.

Ég roðnaði og fann gleðina breiðast út um mig.

Nei!

Ég hélt að þú værir bara í eina sekúndu. Allavega, þá skulum við fara!!

sagði Jason og ég skynjaði spennuna í rödd hans.

Hjarta mitt sló þegar við hlupum inn í skóginn. Það var ótrúleg tilfinning að vera við hlið maka þíns og hlaupa í gegnum kalda goluna sem streymdi í gegnum feldinn þinn.

Við skulum sjá hver getur hlaupið hraðar! Við skulum hlaupa með þér að trénu!

hrópaði Jason þegar hann fór í loftið.

Hæ!!!! Hættu að svindla!!! Við byrjuðum ekki samtímis!!

öskraði ég.

Ég heyrði hlátur Jasons í gegnum heilann. Ég gat ekki staðist bros.

Ég ákvað að fara á mínum hraða og áttaði mig á því að ég hefði aldrei notið þess að hlaupa þetta. Hlaupið var frábært og ég gæti gengið í hlaupa- og göngusveit skólans ef ég færi aftur í skólann á næsta ári.

Ahhh!

Átjs!!

Við töluðum bæði samtímis.

Þú rakst á mig!!!

sagði Jason.

Poppy daisy

Ég sagði þér það, að reyna að vera ekki hræddur.

Þú þarft að borga fyrir það og meira!!

Jason nefndi og ég áttaði mig strax á því að ég hlyti að vera að hlaupa.

Þú átt það skilið! Þú ert með forskot og það er litið á það sem svindl. Þú átt rétt á því, og ah!

Jason tók í höndina á mér og festi mig niður.

Hæ!!!

Ég var að gráta.

Hæ

Jason var að segja í gríni að við værum í skiptum.

Ég fraus og spurði: Slóstu mig?!

Ég trúi því að ég hafi gert það.

Ég get ímyndað mér að Jason brosi.

Ég barðist á móti og reyndi að þvinga hann niður á gólfið, en maðurinn var þyngri en ég.

Úff!!!

sagði ég á meðan ég reyndi að ýta honum.

Það var auðvelt að heyra hann hlæja eins og honum væri sama um að reyna.

Svo skyndilega, til að auka á alla vandræðuna, byrjaði maginn á mér að kurra.

Jason brosti og hló.

Hann kom í veg fyrir að ég ýtti við honum og ég fraus þegar kinnar mínar hitnuðu.

Það er fyndið, þú hefur aldrei verið með maga sem urraði áður. . . Leggðu það frá þér og áttaðu þig á því að það er ekki skemmtilegt.

Ég sagði við sjálfan mig. Ég freistaði þess að fela mig undir steini alla mína daga.

Eftir að hafa legið á gólfinu mínu í klukkutíma, hætti Jason að lokum að hlæja.

Guð minn góður, þetta var fyndið. Allt í lagi, við skulum leita að mat áður en þú færð magann.

Jason sagði mér það og ég er viss um að hann brosti eða var að reyna að koma í veg fyrir að munninn hans hló.

Ég roðnaði aftur þegar ég gekk út á viðargólfið.

Ég gekk með Jason í þá átt sem við fórum þegar við fórum framhjá svæðinu sem var opið til að skoða þar sem flestir úlfarnir virtust hanga.

Við munum veiða

sagði Jason.

Hvernig?

Í fyrstu ertu kyrr og leitar að bráð. Eftir að þú hefur fundið bráð, hoppar þú upp og lemur hana. Eftir það verður þú að tyggja það upp til að koma í veg fyrir að þau hreyfist.

Líkar þér við blóð?

spurði ég og kinkaði kolli.

Jason var á gangi þegar hann stoppaði og beindi athygli sinni að mér. Ef við varúlfarnir gætum gefið þér hvað í fjandanum útlitið, þá trúi ég að Jason sé einmitt að gera það. Jason er að gera það núna.

Dúh! Hann svaraði.

Ég var að spyrja

Allt í lagi, nú þarftu að vera meðvitaður um svæðið sem þú gengur á. Þetta er þar sem dýr ganga um og það er fullt af kvistum í því.

Ég hreyfði mig hægt og reyndi að forðast alla lengd kvistanna.

Ég fann dádýralykt í nágrenninu.

Ég var ekki viss um muninn á því að drepa dádýr með kló og tönnum eða þá staðreynd að ég borðaði það hrátt án nokkurs „manneskjubragðs" eða lyktar af dádýralykt – sem fékk mig til að renna vatn í munninn.

Jason stoppaði og sneri svo aftur í áttina að mér.

Það verður stuð, ég lofa þér!!

Ég kyngdi og borðaði það, Yay! Dádýr drepin, æðislegt!

Hljóðið af Jason hlæjandi þegar við gengum inn á afskekktan stað og horfðum á dádýr í neyð.

----

Fljótleg athugasemd höfundar:

Allt í lagi, krakkar, ég er að skrifa um þegar Vanessa og Jason drepa dádýrið. Þar sem ég hef ekki enn skrifað um þetta, gerirðu það? Allt í lagi, haltu áfram að lesa. . . Njóttu þess og segðu bless :)

----

Það var ógeðslegt; Ég var nýbúinn að borða dádýr.
Ég vildi sýna viðbjóð minn á því og borðaði sem minnst. Ég vorkenndi dýrinu en það kom allavega í veg fyrir að maginn minn öskraði.
Við gengum um skóginn og nutum náttúrufegurðar hans. Það var notalegt að vera í skóginum og golan var róandi.
Hvað eigum við að gera næst?
Hvað ertu að hugsa?
Ég veit ekki. Ekkert?
Við skulum ganga um
Við skoðuðum skóginn. Það voru fuglar í kring; samt vildi ég ekki taka líf annars dýrs.
Jason, gerðu -
Hljóðið af löngu væli bergmálaði yfir skóginn.
Hvað var -
Svo, stuttu eftir hástemmda öskrin.
Hreinar vampírur. Vanessa, hlauptu!!!
sagði Jason. Jason byrjaði að hlaupa.
Ég var alveg glataður.
Jason: Hvað, Jason?
Ég skal gefa þér frekari upplýsingar í smástund!!
Hjarta mitt sló.
Svo heyrði ég öskur nálægt mér.
Hjarta mitt sló.
Ég freistaðist til að snúa höfðinu og stara.
Hjarta mitt stoppaði.
Þetta var ekki eins og vampýran sem ég sá um daginn í skóginum. Augu vampírunnar voru hvít án sjáöldur og andlit þeirra var hvítara en mjólk.
Vampíran hélt áfram að öskra og skanna beittar tennurnar, sem líktust hættulegri hnífum. Klór þeirra dingluðu og reyndu að klóra mér í húðina. Neglurnar á höndum þeirra voru gular og langar, stráðar óhreinindum.
Hjarta mitt sló á brjósti mér þegar ég horfði á vampíruna dragast að mér, nær.
Ég sneri mér við og neyddi mig til að fara eins fljótt og ég gat.

Ég er ekki viss um hvers vegna ég neyðist til að líta aftur á vampíruna í annað sinn. Ég sveiflaði höfðinu aftur og þegar ég sá það gerast sá ég vampíruna klóra í andlitið á mér.

öskraði ég.

Vanessa!!!

Rispan var sársaukafull og sárari en rispan. Það var heitt eins og einhver væri að búa til litla elda og ég fann hvernig kinnar mínar bólgnuðu.

Er í lagi með þig?

Sársaukinn í kinninni tók athygli mína of lengi til að geta svarað Jason.

Svo, skyndilega, sneri Jason sér við og sló vampíruna sem hann hafði slegið bráð sína áður.

Það gaf frá sér annað öskur og aftur, þar sem Jason var reiður út í Jason.

Ég hætti að hlaupa og notaði framlappirnar til að nudda andlitið á hliðinni. Blóðið var að streyma út og það var meir og meir.

Ég var að horfa á Jason og ég freistaði þess að geta hjálpað, ekki staðið hjá og horft á þá gefa hvort öðru matinn sinn.

Ég ætlaði að hjálpa. Ég ætlaði að hjálpa Jason að setja lappirnar á brjóst vampírunnar, lyfta tönnunum upp að hálsi hans og rífa hana af. Líkami vampírunnar byrjaði að hamra rétt áður en líkami hennar breyttist í ryk og hvarf.

Ég hefði gert það ef loppan mín hefði getað hulið munninn.

Vanessa, er allt í lagi með þig?

Ég hljóp í áttina að honum, hrædd vegna þess að ég hafði áhyggjur af því hvað myndi gerast ef vampýran birtist á sama hátt og vampíran hvarf.

Ég var ekki viss um merkinguna á bak við gjörðir Jasons; samt nuddaði hann hálsinum á mér og mér fannst það ótrúlegt þegar ég hugsaði um feldinn hans við húðina á mér. Ég fann að mig langaði að falla frá hálsinum af snertingu við hálsinn.

Dauðvona andvarpaði ég hægt.

Klóraði hann þig?

spurði Jason. Ég var ekki viss um hvort hann væri reiður eða glaður eða eitthvað annað.

Ég brosti.

Leyfðu mér að sjá

Svo sneri ég höfðinu hægt til hliðar svo hann gæti séð það.

Finnurðu enn fyrir sársauka?

Ég brosti.

Vertu kyrr

Jason færði sig nær mér og mér fannst andardráttur hans hlýja. Ég var svolítið skjálfandi. Hann hallaði sér inn og sleikti húðina á mér varlega. Brjóstið spennist þegar ég fann neistana springa af tungunni hans og brennandi tilfinninguna sem sat á kinnum mínum. Ég var ekki viss um hvort það væri svolítið óþægilegt eða ógeðslegt að finna hlýju tunguna þeirra á andlitinu á mér.

Hann tók annan sleik af rispunni minni.

Maginn á mér bólgnaði og andardrátturinn hraðaði þegar heitt spor tungunnar hans lá um himininn.

Um leið og hann tók skref til hliðar fannst mér eins og ég væri að fara að æla (á viðeigandi hátt).

Andardráttur. Ég þarf að minna mig á að anda áður en ég fer að líða yfir mig.

Ertu örmagna?

Ég tók eftir því að sársaukinn var horfinn. Ég brosti.

Ég brosti.

Sólin er að fara niður. Förum að sofa

Hvar?

Jason skráði ekki atvikið; hann ákvað bara að fara og ég gerði það sama.

Að minnsta kosti einu sinni sneri ég til baka til að athuga hvort um líklega vampíruárásir væri að ræða.

Slakaðu á, þeir koma ekki aftur.

Ég fraus. Það var eins og hann gæti lesið huga minn einmitt þegar ég heyrði ekki hugmyndir hans eða upplifað tilfinningar hans.

Við héldum áfram að ganga í gegnum skóga þar til við komumst að hinum fullkomna stað, algjörlega þakinn óbrotnu gleri og rúmi sem ég gat ekki staðist að liggja á.

Ég andaði og lagðist niður.

Jason lagðist við hliðina á mér og hann sneri sér við til að tryggja að hann gæti horfst í augu við mig. Ég roðnaði. Ég myndi ekki segja að mér líki við augnablikin þegar þú ert þreyttur, þú sérð einhvern stara á þig á meðan þú reynir að sofna og skyndilega finnur þú ekki lengur þreytu.

Bakinu á mér var snúið að honum.

Ég horfi agndofa á þegar sólin sest hægt og rólega.

Nokkrar atriði frá deginum blasti við mér og ég brosti með velþóknun eða sneri höfðinu í vanþóknun.

Hins vegar þurfti ég skýringar á því hvað væri að mér. Er það vegna þess að hann er nálægt mér, eða er það vegna þess hvernig hann snerti háls minn og kinn? Það kann að vera vegna þess að dagurinn var grípandi, spennandi og . . . öðruvísi.

Ég var að hugsa um Jason. Þá áttaði ég mig á því að hann gæti verið að fylgjast með hugsunum mínum ef hann væri vakandi. Hjarta mitt sló.

Ég vona að hann sé ekki að fylgjast með hugsunum mínum á þessari stundu. Ég myndi deyja úr skömm. Það er skömm!!

Ég sneri mér snöggt við til að sjá hvort augun væru lokuð.

Jason?

Ég spurði þegar loppan mín snerti loppuna hans til að sjá hvernig það hefði áhrif á viðbrögð hans. Allur líkami minn nálaði á svipstundu og hlýja fannst.

Ertu vaknaður?

spurði ég blíðlega.

Hann sagði ekki einu sinni neitt.

Hann er sofandi!! JÁ!

Ég hló með sjálfum mér. Ég er svo glaður.

Það var rétt að fara að sofa aftur, svo ég ákvað að stara á Jason í nokkrar sekúndur. Ég var óviss um lengd þess augnabliks; þó vissi ég að það var langur tími þar sem ég fór að finna fyrir þreytu.

Jason, ég er að þakka þér fyrir daginn því hann var fallegur. Ég mun svo sannarlega þykja vænt um þennan dag af öllu hjarta. Ég er ekki viss um hvers vegna ég sagði þér það ekki, en ég er ekki nógu öruggur til að tjá það. Jason, fyrirgefðu hvað ég hef gert þér til að gera þig svona reiðan út í mig. Ég vildi satt að segja ekki gera þig reiðan. . . Mér þykir þetta svo leitt. Af hverju útskýrðirðu ekki hvað gerðist í staðinn? Að leyfa mér að vera meðvitaður og sverja að ég mun aldrei gera þetta aftur. . . Og ég er viss um að ég hef fundið hringana þína. Manstu eftir loforðahringnum sem mér var gefinn? Ég fékk það til baka. . . Jason, ég vil að þú virðir skuldbindingu þína. Ég myndi virkilega, satt að segja vilja að þú gerir það.

Þú þarft ekki að gera það lengur þar sem ég trúi því að þetta sé að gerast í nútímanum. . . Jason, ég er ekki viss um hvað gerðist eða hvernig það gerðist, en það gerðist. Og líkaminn minn er að verða sterkari og meira... Hann er svo sterkur að ég þarf að horfast í augu við hann. Það er eins og hluti af brjósti mínu og mun aldrei hverfa. Það mun ekki hverfa. Og mig langar að deila því með þér núna. Mig hefur alltaf langað til þess; hins vegar er ég viss um að þú myndir hugsa öðruvísi. Ég er viss um að ég mun aldrei verða þín tegund stelpa. . . jafnvel þótt ég sé félagi þinn. . . Hins vegar vil ég láta þig vita hvað mér finnst; Ég vil að þú deilir með mér hvað mér finnst um þig. . . Ég elska virkilega persónuleika þinn, Jason. Jason. . . Jason, ég er að hugsa um að ég sé jafnvel að verða heltekinn af þér, Jason.

Ég gat ekki klárað setninguna. Skyndileg syfja sópaði að mér og ég fór að sofa.

Hvað, Vanessa? Segðu það, Vanessa. . . Þú getur sagt það. . .

———

Endilega kommentið og smellið á like ef ykkur líkar það! <3

Vertu með mér sem vinur til að upplýsa mig um þessa bók!

BTW ég bjó til Instagram reikninginn! Vinsamlegast ekki hika við að fylgja mér: kkatywongg

Allt í lagi bless!!

XOXO

~KW

Ég vaknaði við að sólarhitinn skein yfir húðina á mér.

Þessi náladofi sem er vafið um mig.

Ég vaknaði og augu mín aðlagast birtu. Það fyrsta sem ég tek eftir er fullkomlega marin brjóst með átta pakkningum. Ég fraus þegar ég áttaði mig á því að handleggurinn sem var vafður um mittið á mér tilheyrði manneskjunni sem var með hann.

Ég leit upp til að bera kennsl á manneskjuna. Jason. Ég roðnaði enn meira. Brjóstið á mér spenntist þegar maðurinn brosti.

"Morgunn."

"Ó . . . um, morgun . . ." svaraði ég og fór á eftir.

Jason hló.

Ég roðnaði og horfði niður. Þá sló raunveruleikinn mig. Ég svaf í rúminu með Jason í fyrstu á ævinni og var nakin. Ég hefði dáið ef Jason hefði ekki haldið mér núna.

"Svo ... um, áttu einhver föt?" spurði ég á hræðilegan hátt. Ég er ekki aðdáandi þess að vera nakin og liggja á gólfinu með gaur nálægt mér í einu.

Jason brosti, stakk svo tveimur fingrum í munninn og flautaði.

Síðan hljóp úlfur í gegn og sleppti tveimur töskum af fötum áður en hann stækkaði.

Ég fór fljótt í skyrtuna því ég fann augnaráð Jasons á bakinu á mér.

Þakka Guði Drottni fyrir að skyrtan rann yfir rassinn á mér, minna en hálft lærið.

Ég stoppaði og beið eftir að Jason kláraði setninguna.

"Þú veist að þú þarft ekki að snúa við." sagði hann fyrir framan mig.

Ég fraus, "Hvað á það að þýða?"

"Ég veit að þú vilt skoða." sagði hann og brosti áður en hann steig upp í áttina til mín.

"Þegiðu, hvernig veistu það?" spurði ég þegar ég fór að yfirgefa hann.

"Ó, svo ég hef rétt fyrir mér? Ha?" sagði Jason og brosti enn meira.

"NEI!!!!!!"

"Hvers vegna ertu þá að roðna?"

"Af því - vegna þess!"

"Ha?" sagði hann á meðan hann lyfti augabrúninni.

"Veistu hvað? Höldum áfram að labba!" sagði ég og kastaði upp fótunum. Jason brosti fyrir aftan mig.

Mig langaði að sparka í hann af slíkum krafti að tennurnar gætu dottið af.

Við héldum áfram að ganga þar til þögnin var áfram.

"Hæ, Jason." Ég sagði við hann: „Hey, Jason," og truflaði þögnina.

"Umm?"

"Hvað er hrein vampíra?"

"Hrein vampíra er þegar hún er fullkomlega vampíra, ekkert annað. Það eru tvær tegundir af vampírum. Ein tegund er hrein vampíra. Önnur tegund er það sem flestir hugsa um - hálf vampýra og hálf manneskja."

"Hver er munurinn?"

"Hrein vampíra er náttúrulega fædd vampýra. Snúin vampýra er þegar vampíra bítur þig, og þá breytist þú í vampíru. Það er munur. Einnig getur hrein vampýra aldrei horft í augu við sólina, á meðan snúin vampýra getur verið áfram. í sólinni, en ekki lengi."

Ég brosti.

Við hlupum að höfðingjasetrinu sem birtist fljótt í fjarska.

"Vanessa, flýttu þér, skiptu um föt og ég ætla að koma þér á óvart." Jason hló og brosti, "Þú myndir elska það, treystu mér ...."

Ég starði á hann með ótta. Ég gekk inn í herbergið og skipti í rauðan kjól sem mér fannst fallegur.

Ég skellti mér fljótt á hana og fór í svarta, glansandi, eins tommu hæla. Ég tók hringinn sem Jason rétti mér og stakk honum í vasa minn.

Ég gekk niður tröppurnar og fann útidyrahurðina opna, sem gaf í skyn að Jason beið eftir mér. Jason er fyrir utan og bíður mín.

Ég gekk út um dyrnar og sólskinið streymdi um andlit mitt. Ég brosti.

Svartklædda eðalvagninn var fyrir utan og Jason stóð fyrir utan rétt við hliðina á eðalvagninum. Hann var glæsilegur með hvíta V-hálsmálið og gráar gallabuxur.

Hann brosti til mín þegar maðurinn gekk framhjá. Hann greip varlega í höndina á mér og þá sá ég neista fljóta af höndum hans. Ég fann smá hroll.

Ég var laust við hvernig hendur hans fannst. Þeir voru ekki sveittir, grófir eða of mjúkir; fannst þau bara fullkomin. Ég tók eftir því hversu stærri hendur hans voru miðað við mínar.

Dyravörðurinn opnaði og ég gekk inn.

Loftið frá A.C. sló mig, sem var gott að finna.

Jason kom inn og dyravörðurinn lokaði hurðinni.

"Hvert erum við að fara?" Ég sneri líkama mínum til að sjá hvað ég spurði Jason.

Hann brosti. "Það kemur á óvart. Ég get ekki sagt þér það fyrr en sá dagur kemur."

"Hvaða dag?" spurði ég og brosti.

"Þú verður að bíða og sjá. Slakaðu bara á í bili." sagði Jason þegar hann sat við hlið stólsins og brosti enn.

Guð minn góður, hann er að hugsa um eitthvað. Það gæti verið hörmung. . .

Við yfirgáfum bílinn fljótlega og héldum á einkaflugvöllinn.

Ég sá að einkaþota Jasons beið eftir að verða tekin á loft og var tilbúin að fljúga.

Ég tók bílinn minn út og krosslagði handleggina. "Jason, í alvöru, segðu mér hvert við erum að fara."

"Nei, nú skulum við fara."

"Humph, nei, ég mun ekki hreyfa mig nema þú segjir mér hvert við erum að fara," sagði ég og bar höfuðið hátt.

Jason brosti, "Er það svo?"

Ég brosti.

"Jæja, þá ertu að skilja mig eftir með ekkert val." sagði hann og gekk í áttina til mín á meðan brosið stækkaði.

Þegar ég var tekinn upp af fótunum, lengdi ég augabrúnirnar aðeins. Augu mín stækkuðu.

Mér líkar ekki tilfinningin að geta fundið fæturna frá jörðinni. Mér líkar sérstaklega illa við þessa tilfinningu vegna þess að það líður eins og þú eigir á hættu að detta á hverri mínútu.

"JASON!!!" Ég öskraði, "VINSAMLEGAST EKKI!!!"

Hann hló: "Ég verð að gera það."

Ég lokaði augunum og festi mig mjög fast að öxlum hans.

"Hvað vegurðu mikið? Þú ert svo léttur."

"Ég er minna en 101 pund, og vinsamlegast leggðu mig niður. Ég sver það!" Ég grét.

„Þú ert undirvigtuð miðað við hæð þína,“ sagði Jason eins og við værum að ræða veðrið.

"Mér er sama! Vinsamlegast leggðu mig niður! Ég er svo hrædd!!" Ég grét.

"Neibb."

"Og ég er í kjól; allir gátu séð nærbuxurnar mínar!!"

"Ef allir meintu mig, þá já, ég gæti séð það, og það er allt í lagi; mér er sama." Jason hló, brosandi og horfði á brosið vaxa.

Ég sver að ég ætla að lemja hann þar til augun hans springa úr augum hans um leið og ég er niðri.

"Vinsamlegast." Ég átti erfitt með að segja: "Láttu mig niður."

„Ef ég geri það, þá verðurðu að ganga. sagði Jason.

Ég kinkaði kolli af ótta, alveg.

Hann kom mér niður á gólfið og það fyrsta sem ég gerði var að draga kjólinn minn aftur þangað til hann var kominn eins lágt niður og hann gat farið.

Jason brosti aftan frá. Ég fraus, og svo hljóp ég á undan.

Ég skrifaði athugasemd við sjálfan mig: Klæddu þig aldrei í kjóla nema þú sért óhræddur við að sýna nærfötin þín opinberlega.

Ég stappaði upp stigann á einkaþotunni minni og settist á sætin.

Ég hrifsaði kjólinn minn upp þar sem ég vildi ekki að Jason horfði á nærfötin mín. Lengdin var næg.

"Góðan daginn, herra og frú Cohen; þetta er William Smith skipstjóri sem talar. Ég mun fljúga þessari þotu og ég vona að þú hafir gaman af ferð þinni. Þakka þér fyrir," sögðu ræðumennirnir.

Ég slakaði á og svo fór þotan í loftið.

Flugfreyjan velti öllum drykkjarkerrunni yfir hliðina.

"Halló, góðan daginn, herra og frú Cohen. Viltu drekka eitthvað?" hún spurði.

Ég hristi höfuðið alveg eins og Jason skýtur höfuðið.

„Jæja, ef þig vantar einhverja hjálp eða eitthvað, þá ýtirðu á takkann við hlið ljóssins og ég verð hérna hjá þér," sagði hún og benti á takkann.

Ég brosti og hún hljóp af stað með kerruna.

Ég gekk í átt að glugganum mínum og dró hann svo upp. Ég var að horfa út til New York héðan. Ég brosti. Ég leit fallega út hérna. Mig langar að taka myndir af útsýninu. Ég starði á það aðeins lengur og tók eftir auga í bakinu á mér.

Ég leit í kringum mig og sá Jason horfa á mig.

Ég fraus. Mér líkar ekki þegar krakkar stara á þig án þess að hafa áhyggjur af þeim hugsunum sem fara í gegnum huga þeirra.

Ég er ekki viss um hvað var að gerast í mér, en ég er mjög tengdur honum. Ég elska að vera með honum. Mér finnst ég vera örugg þegar ég er með honum. Mér líður vel þegar ég er með honum. Ég finn . . . heill þegar ég er í félagsskap hans. Ég er ekki viss um hvað fór í gegnum hausinn á mér, en ég halla mér að honum.

"Vanessa, ertu ennþá reið út í mig að ég hafi farið frá þér?"

Ég var orðlaus því fegurð hans var svo ótrúleg að ég gat ekki haldið augunum frá henni. Ég er ekki viss um að það sé hægt að vera svona falleg og ég yppti bara öxlum.

„Fyrirgefðu, ég vil biðjast afsökunar . . .

"Ertu enn reiður við mig?" spurði ég og fékk röddina aftur. "Þú talaðir ekki við mig. Ég vissi ekki hvað ég gerði rangt. Fyrirgefðu hvað sem ég gerði; ég meinti það ekki. Ég ætlaði ekki að gera þig reiðan. Af hverju sagðirðu það ekki. ég hefði lagað það fyrir þig, ég myndi ekki gera það aftur.

Hann hallaði sér inn til að loka bilinu á milli varanna okkar. Maginn minn var spenntur þegar hann lagði varirnar yfir varirnar á mér. Neistar flugu af vörum hans og lentu á vörum mínum. Andardrátturinn minn var í miðjum hálsi þegar hann hristi hálsinn á mér og dró líkama okkar nær.

Að vera svona nálægt honum er óhugnanlegt. Það gerir mig að úlfi að eiga þetta nána samband við maka minn og vita að ég skemmti mér núna. Þessi gleðitilfinning sem kemur út úr brjósti þínu veldur þér svima og hjartsláttartíðni eykst á hverri sekúndu. Það er eins og að villast, eins og að flýja heiminn í örfáar mínútur. Þetta var augnablik þegar þér leið eins og þú værir öflugastur og hefðir engan áhuga á heiminum lengur. Það var hins vegar ekki nema stuttur tími þar til hátalarinn byrjaði að klikka.

Við hoppuðum báðir aftur í losti. Ég leit undan, roðnaði. Ég er hrædd um að hann horfi á mig núna. Ég slétti snögglega sloppinn minn þegar hátalarinn kom á. "Herra og frú Cohen, við erum komin. Ég vona að þið hafið notið ferðarinnar. Eigið góðan dag."

Ég var of upptekinn við að slétta kjólinn minn þegar Jason varð óánægður og greip í handlegginn á mér og dró mig úr sætinu.

Ég horfði á hann upp og niður með undrun.

"Hvað - "

"Ó, fylgdu mér bara," sagði Jason við mig og brosti til mín.

Hann dró mig í átt að fremri inngangi flugvélarinnar. Allir farþegar vélarinnar (flugvél eða fluggestir) sátu við hlið vélarinnar, veifuðu og hneigðu okkur af lotningu. Ég brosti snöggt til þeirra og veifaði þeim bless.

"Jason, í alvöru, hvar erum við?" spurði ég og nöldraði aðeins.

Við sátum á tröppum þotunnar og ég reyndi að átta mig á hvar ég væri.

Hann tók ekki eftir því og dró mig inn í eðalvagninn og beið eftir að verða sóttur þegar ég steig út úr flugvélinni þegar loftið sló mig í andlitið. Það minnti mig á svalann í þotunni.

Dyravörðurinn opnaði hurðina á bílnum og Jason hjálpaði mér inn í eðalvagninn. Takk.

"Jason!" Ég öskraði aðeins hærra. Ég sneri höfðinu til að sjá hann. Hann sveiflaðist í eðalvagninum sínum eins og það skipti engu máli í heiminum, þannig að ég áttaði mig á því að hann var ekki mikil aðstoð.

eðalvagninn fór í gang og ég leit á réttu augnabliki til að sjá risastórt, feitt skilti sem á stendur: "VELKOMIN TIL L.A.!"

Ég beindi athygli minni að Jason. Ég starði á hann, sem starði á mig. Hann var meðvitaður um að ég hafði séð skiltið og hann sagði: "Vertu velkominn."

Ég var að öskra á hann, og nú er ég að segja: "Jæja, ég bað þig aldrei um að koma með mig hingað, er það? Og ég hef ekki einu sinni gaman af því - ekkert smá."

"Jæja, segirðu "takk" við allt sem þú vilt? Nei, ekki satt? Þú segir það vegna þess að einhver gerði eitthvað gott fyrir þig. Og treystu mér, þú munt njóta þess." Jason brosti og hló að snjöllu svari sínu og andliti mínu.

Ég dró djúpt andann.

Slakaðu á, Vanessa. Ég sagði mér að slaka á.

eðalvagninn ferðaðist þangað sem.

"Bíddu, hversu lengi ætlum við að vera hér?" spurði Jason mig. Jason.

Fjórir dagar. Hann bætti við.

"4 dagar?!" Ég spurði.

"Jæja, við ætlum að ferðast í um það bil fjóra daga. Við verðum bara hér í um það bil," sagði maðurinn þegar hann leit á úrið sitt, "fjóra og hálfan tíma."

"Hvað ætlum við að gera hér? - Bíddu! Ef við ætlum að ferðast ... hvar eru fötin okkar?" spurði ég og rak upp stór augu.

Jason sat upp og ræsti sig.

"Jæja ... mér datt það aldrei í hug — ég hef hugmynd! Við getum farið að versla hérna," sagði hann og greip dýra veskið sitt. "Hér er þetta kreditkort. Notaðu það bara í hvað sem þú vilt."

Hann hristi það. Ég var nálægt því að neita, en þegar ég hugsaði um það ákvað ég að ég myndi ekki vera með eins kjól, brjóstahaldara, nærföt og skyrtu. Þetta er algjörlega pirrandi. (Ég þjáist af OCD.) Einnig á ég ekki peninga og það er eina leiðin til að nota það.

Ég tók upp kreditkortið mitt og sagði svo: "Takk."

"Sjáðu til? Ég er tilbúinn fyrir allt sem kemur." sagði hann og hallaði sér fram og aftur.

Ég sneri höfðinu þegar ég horfði út um gluggann.

"Afsakið, herra Cohen, viltu að ég keyri þig í næstu verslunarmiðstöð eða verslun?" Tom var bílstjórinn sem krafðist.

Jason leit upp, en hann horfði enn út um gluggann.

L.A. var fallegt og það var töfrandi. Göturnar voru fullar af fólki. Ég var að hugsa um það. L.A. er stór. Ég settist niður.

"Bíddu, Jason, hefur þú einhvern tíma verið hér? Veistu, ég vil ekki týnast." svaraði ég.

Ég leit á hann og sagði: "Auðvitað. Ég hef komið hingað oft. Ég ferðast alltaf hingað."

Ég brosti og hélt áfram að horfa á útsýnið frá glugganum þar til við komum að verslunarmiðstöðinni.

Ég er út úr bílnum.

„Við hittumst hér eftir 3 klukkustundir," sagði Jason við Tom.

Jason tók í höndina á mér og dró mig inn í verslunarmiðstöðina. Neistar flugu á milli okkar. Stundum er ég sá eini sem finn neistana? Jason virðist ekki finna fyrir neinu. Stundum velti ég því fyrir mér hvort maginn á honum snúist þegar ég horfi á hann eins og ég geri á hann.

Ég hristi höfuðið og reyndi að hreinsa hugann. Nokkrir horfðu á mig með gremju. Það var óþægilegt.

Jason fór með mig í fyrstu verslunina sem Jason sá. Brandy Melville

Ég skoðaði mig um og það var dimmt. Jason tók úrval af fötum. Hann henti því á mig og sagði svo: "Breyttu."

"Hvað?!" spurði ég og horfði niður á fötin.

Hann ýtti mér inn í búningsklefa.

Vá, takk! Ég var að hugsa.

Layla hló. Ég sneri höfðinu. Stjörnuhögg.

Ég henti fatahrúgunni á gólfið og greip þann fyrsta. Augu mín stækkuðu þegar ég sneri skyrtunni við. . . Mjög, mjög hressandi.

"Vanessa, skiptu bara í það og komdu út!" Jason sagði mér. Ég stökk og það var eins og hann sæi hurðirnar. Ég var að roðna.

Ég er treg að skipta yfir í skyrtuna ásamt svörtum stuttbuxum. Ég hafði gaman af klæðnaðinum, en ég var ekki aðdáandi peysunnar. . . Það mætti bæta úr því. Það er bara pínulítið.

Ég gekk inn og sýndi Jason.

„Við erum að kaupa það," sagði Jason og starði á mig á meðan hann benti á mig. Konan fyrir framan hann, sem ég geri ráð fyrir að hafi verið verkamaður, var of einbeitt í að horfa á Jason til að skilja orð hans mögulega og hún kinkaði kolli. Jason, þvert á móti, vissi ekki hvernig hún starði á hann.

Ég hló að sjálfum mér.

"En þetta," sagði ég, áður en ég opinberaði hugsanir mínar um það sem ég hafði verið að ræða við Jason, "er of afhjúpandi. Það er brjóstahaldara sem ég klæðist og það er ekki þörf."

"Svo?" sagði hann og hristi höfuðið.

"Hvað meinarðu "svo?" Ég segi að við kaupum það ekki og það er nóg af fötum í þessari verslun til að velja úr." Ég benti á öll fötin fyrir framan mig.

"Þetta er aðeins að afhjúpa. Þetta er varla neitt." Sagði hann.

"Smá? Allt bakið á mér kemur í ljós. Og ég minni þig á, hver er í þessum búningi?" spurði ég og hló að athugasemdinni minni.

"Ó, er það svona? Þá, hver er að kaupa þér fötin? Mér finnst gott að þú klæðist því sama í tíu daga." Jason hló og brosti til mín þegar brosið mitt féll.

"10 dagar?! Ég hélt þú sagðir fjóra daga." svaraði ég.

„Elskan, ég sagði „um".

Ég þagði. Ég vildi ekki vera í sömu fötunum ítrekað. Það var ógeðslegt. Ég andvarpaði. Hann var sigurvegari og hann hefur alltaf unnið.

Ég sneri aftur inn í búningsklefann og skellti hurðinni á meðan maðurinn hló.

Ég var að brosa. Ef hann væri ekki sá ríkasti og virtasti, og við værum ekki í augum almennings, myndi ég slá hann beint í andlitið.

Ég skipti yfir í eftirfarandi búning, sem var ekki eins óafhjúpandi að þessu sinni. Ég naut þess.

Hann þurfti líka að geta samþykkt það áður en hann gæti keypt það.

Mér leið eins og ég hefði verið í þessum búningsklefa að minnsta kosti þúsund sinnum og breytt í ógrynni af búningum.

"Erum við búnir ennþá?" Ég spurði.

„Já, við verðum bara að borga," sagði Jason.

"Þakka Drottni." Ég muldraði: "Jafnvel stílistinn minn tekur ekki svona langan tíma."

"Fyrirgefðu?" spurði Jason og stóð nálægt mér.

Ég stökk upp og horfði svo á hann "Ekkert, ekkert. Allt í lagi, nú verð ég að breyta. Allt í lagi, já, bless."

Ég breytti fljótt og get ekki beðið eftir að yfirgefa þennan stað.

Eftir að ég hafði lokið við að skipta um föt voru þau færð til mín og geymd í töskum.

Við erum meira að segja með manneskju sem heldur á öllum fataskápnum mínum.

"Bíddu, ætlarðu ekki líka að kaupa þér föt?" spurði ég.

„Ég er núna," sagði Jason, greip í höndina á mér og dró mig á stað sem selur herrafatnað.

"Settu hér," sagði Jason og setti mig niður á stól á meðan hann gekk inn á búningssvæðið til að skipta um. Treystu mér þegar ég segi að mér líkaði það ekki.

Sætin voru þægileg. Hins vegar var það hörmung. Ég hélt að hann væri lengur að þurrka fötin sín en ég og ég gekk. Þá áttaði ég mig á því að ég hafði ekki borðað morgunmat og það var hádegisverður. Mamma gæti verið pirruð ef hún uppgötvaði að ég sleppti máltíðum.

"Jason!" Ég öskraði of hátt. Allir litu upp til mín. Ég skemmti mér.

Ég er að fara að fremja sjálfsmorð.

"Hvað?"

"Ertu búinn?"

"Ég veit það ekki, næstum því."

"Flýttu þér, vinsamlegast. Ég er að svelta!" lýsti ég yfir.

"Þú ert ekki einu sinni að brenna neinum hitaeiningum." Sagði hann.

"Ég borðaði engan morgunmat!!" sagði ég og dró djúpt andann.

"Fjandinn, slappaðu af!" Sagði hann.

„Ég geri það ef þú kemur út strax,“ svaraði ég.

Hann svaraði mér ekki.

"Jason?" Þá spurði ég: "Geturðu vinsamlegast flýtt þér? Bíddu, má ég fara og ná í matinn minn?"

"Nei!"

"Af hverju?" Ég spurði: "Ég er að svelta."

"Bíddu bara í sekúndu."

"Ég þarf þess ekki. Þú átt nú þegar fullt af fötum hérna. Gleymdirðu ekki?"

"Bíddu bara." Hann sagði honum það.

„Ég ætla að fara eftir 8 mínútur ef þú kemur ekki út,“ sagði ég ákveðið.

Hann leit á fæturna og gekk frá búningssvæðinu. Maðurinn greiddi heildarkostnað af fötunum. Ég greip í hendurnar á honum í þetta skiptið.

"Komdu svo! Ég er að fara að deyja úr hungri!" Ég sagði honum það þegar ég bar hann að matarbásnum í nágrenninu.

"Hæ, viltu borða á veitingastað?" spurði Jason.

"Þú veist hversu lengi ég beið eftir þér? Þú gætir ekki verið svangur, en ég er það, og ef ég veðja á að staðurinn sem þú heldur að sé langt í burtu, svo nei!" Svo leit ég upp fyrir mig.

"Ég var að spyrja." Jason þagði, rétti upp höndina og sleppti hringnum. "Og alla vega, þetta er skyndibiti. Þeir eru ekki hollir og þeir eru grófir."

Ég horfði á hann og sagði: "Frábært! Ég þarf samt að þyngjast. Og hvenær var þér sama um hvað er hollt og hvað ekki?"

Hann brosti þar sem gaurinn gerði það ekki.

Ég fór með Jason á næsta skyndibitastað og hann pantaði risastórar frönskur, stórt gos og þrjár súkkulaðibitakökur. Ég borgaði fyrir matinn með kreditkorti Jasons.

Ég sat við matarborð með Jason og við byrjuðum að borða.

Ef þú ert svangur geturðu smakkað allt.

Jason nálgaðist mig og greip gosið mitt og ég drakk gosið.

"Hæ!" Ég sagði: "Þetta er gosið mitt!"

"Fyrirgefðu," sagði hann brosandi, "ég vissi það ekki. Ég býst við að þetta sé mitt núna."

Ég tók gosið mitt af honum. og sagði: "Ekki lengur."

Ég fékk mér að drekka í smá stund og gleypti hann niður. Bólurnar hringsnúast um tunguna og heita loftið á nefinu á mér lét mig líða eins og dreka.

Jason brosti. "Þetta er eins og að kyssa."

"Ekki tæknilega séð," svaraði ég og nuddaði augun á meðan ég borðaði.

"Já það er - "

"Allt í lagi! Ég skil! Ég kyssti þig, ég kyssti þig, allt í lagi? Hamingjusamur?" Ég reyndi að róa hann. Ég er að reyna að borða matinn minn með friði.

"Hæ, pantaðirðu hlutfallið mitt?" spurði ég hann. Ég borðaði minna.

"Ég veit ekki hvað þér líkar og ég veit ekki hverju þú ert með ofnæmi fyrir. Ég vil ekki deyja af því að borða eitthvað, og þú baðst mig aldrei um það," svaraði ég.

"Mér finnst gott gos, kjúklingabitar, franskar og pizzur. Ég er með ofnæmi fyrir engu, svo myndirðu panta matinn minn?" spurði hann brosandi.

„Nei takk, ég stenst," svaraði ég og nartaði í frönskurnar mínar.

"Þakka þér fyrir. Ég mun borða matinn þinn, og þú getur allavega klárað það." Sagði hann.

"Hættu að vera dæmandi, og ég get klárað þetta, fylgist með!" Ég sagði við sjálfan mig þegar ég tuggði stóran bita af súkkulaðibitakökum.

"Ó, ég ætla ekki að horfa á þig, ég ætla líka að borða!" sagði hann og hrifsaði súkkulaðibitakökuna úr eldhúsinu mínu og stakk henni í munninn.

"Kexið mitt dó!" Ég sagði og hallaði mér fram til að kyssa Jason: "Þetta var ekki fyrir þig! Þetta var fyrir mig."

"Úbbs." Jason lýsti yfir, um leið og hann kyngdi, "Ó, og ég er þyrstur núna."

Augun mín stækkuðu þegar ég dró gosdrykkinn minn frá honum. Hann var ekki að hugsa um að fá gosdrykkinn minn aftur; Ég hafði verið rændur kexinu mínu – síðasta kexinu mínu.

"Hæ! Þú blekktir mig! Og þú borðaðir síðustu kökuna mína!"

"Þú sagðir ekki að þú gætir ekki platað."

"Ég ætla að drepa þig!" Ég sagði þér það, hellti gosdrykknum mínum í flöskuna.

"Ekki eftir að ég borðaði nokkrar kartöflur!" sagði Jason, tók kartöflurnar og festi þær með höndum sínum.

Ég stóð upp úr sætinu, stóð og reyndi að grípa kartöflurnar mínar. Hins vegar stóð hann líka upp og var hærri en ég um rúmlega 5 tommur.

"Gefðu mér það!" Ég grátbað á meðan ég sneri skónum mínum.

Jason brosti og stakk síðan frönskunum mínum í munninn.

"Þú ert svo vondur!" Ég sagði eftir að hafa gefist upp. Ég datt í stólinn minn og öskraði.

"Ég veit." sagði maðurinn á meðan ég greip gosflöskuna og sötraði annan sopa.

"Gætirðu bara keypt matinn þinn?" Ég spurði.

"Þú verður að spara peninga."

"Bjargaðu rassinum á mér! Ég þori að veðja að þú sparar aldrei peninga, lati rassinn þinn." sagði ég á meðan ég borðaði kartöflurnar mínar.

"Sjáðu, þú ert alveg í lagi að deila matnum þínum," sagði hann við hann þegar hann hélt áfram að borða.

"Ó, treystu mér. Ég er að deyja að innan; þú bara veist það ekki," muldraði ég og horfði á augun mín.

Hann hló. Ég gat ekki annað en brosað þar sem að horfa á hláturinn hans fékk mig líka til að hlæja. Hefur þú einhvern tíma upplifað sömu tilfinningu? Það er ómögulegt að standast bros vegna þess að það veitir einhverjum gleði.

Ég fékk mér gosglas með þér og við héldum áfram að borða þar til við höfðum borðað nóg. Hann hafði rétt fyrir sér; Ég gat gert það á eigin spýtur. Ég gerði það hans vegna.

Við hentum matnum og yfirgáfum verslunarmiðstöðina.

„Frábært, við eyddum nákvæmlega 2 klukkustundum þarna," sagði hann og skoðaði úrið sitt.

"Ég sé Tom!" svaraði ég. Við fórum út í búð og settum innkaupapokana okkar á gólfið.

"Hvert erum við að fara núna?" spurði ég Jason þegar við stigum inn í bílinn.

„Við erum ekki að keyra bílinn, við göngum um þetta svæði," sagði Jason og hélt í hönd vinar sem hjálpaði mér að komast út úr bílnum mínum.

Ég tók í hönd hans og fór. Ég bjóst við að hann myndi sleppa töskunni um leið og ég fór; hins vegar, sannleikurinn er sá, að hann gerði það ekki. Hann hékk á hlutnum. Ég gat ekki látið hann missa hendurnar líka. Hann var hlýr og vingjarnlegur. Ég elskaði tilfinninguna að halda í höndina á honum. Mér þykir vænt um allar þessar stundir sem við héldumst í hendur.

Við röltum um blokkina og horfðum á gluggana. Þetta var heillandi upplifun.

Staðurinn minnti mig á New York á sumrin. Það var iðandi og allir virtust vita hvert þeir ætluðu. Hitinn var steikjandi. Ég nýt þess hér.

"Komdu hingað inn!" Jason sagði mér það og dró mig í átt að lítilli og lítilli byggingu.

"Hér?"

"Já."

Staðurinn var skítugur og dimmur. Stiginn þurfti að vera jafnari. Það lyktar eins og blautur hundur þarna inni. Risastórt veggjakrot er á víð og dreif á milli daufa og gráa veggjanna. Þvílíkur undarlegur staður sem Jason gæti verið að koma inn á. Ég var að hugsa þegar ég hélt áfram að kanna. Mjög dauft ljós skein á hurð manns. Merkilegt að fólk býr hér.

Við héldum áfram að klifra upp tröppurnar þar til við rákumst á stóru rauðu hurðina sem var krotað með orðinu „tík".

"Vá, þvílíkur staður." hugsaði ég og starði á Jason.

"Eins og þú sagðir, ekki vera dæmdur. Þessi staður er betri en hann virðist," sagði Jason um leið og hann horfði á mig.

Ég brosti og sagði, eins kaldhæðnislega og ég gat: "Já, ágætur staður, fullur af fegurð. Ég bara elska þennan stað."

"Þegiðu bara." Sagði hann.

Ég hló.

Hann viðurkenndi mig ekki einu sinni. "Ertu tilbúinn í það?"

Áður en ég svaraði og hann hafði jafnvel opnað hurðina, gekk hann inn og ég varð að anda.

Staðsetningin er nokkuð þokkaleg.

"Hvað sagði ég?" sagði Jason.

Guð er Guð, en hvers vegna þarf hann að sigra? Hvernig getur hann nokkurn tíma látið mig líta út fyrir að vera heimskur? Ég velti því fyrir mér þegar ég byrjaði að roðna.

Hann greip í höndina á mér og við gengum að brún byggingarinnar til að njóta sólsetursins.

"Þú sagðir að við viljum horfa á fleiri sólsetur, ekki satt?" Hann spurði.

Ég var svolítið þunglynd í miðjunni.

Hann getur munað. . . Hann var að hugsa um hugmyndina. . .

Er hann ekki bara bestur? Hugsandi? Sæt? Umhyggja?

Ég roðnaði, "Manstu enn?"

Hann hallaði sér aftur og klóraði sér í höfðinu „held ég".

Ég vafði hann í fangið á mér aftan frá. Hlýjan sem streymdi frá líkama hans var hlý og hún geislaði inn í fötin mín og húðina. Hjartað sló hraðar og maginn á mér snerist þegar hann var í fanginu á mér. Það var gott að hafa hann í fanginu.

„Takk," sagði ég um leið og ég gekk í burtu.

Maðurinn ræsti sig. "Verði þér að góðu."

Ég gat ekki sagt hvað ég var að hugsa eða hvað hann var að hugsa; andlit hans var svo beint, án sýnilegra tilfinninga.

"Koma." Hann sagði mér og hristi mig upp úr hugsunum mínum.

Hann sat fyrir utan mannvirkið. Munnur minn var opinn, en ég gat ekki talað.

"Ég myndi ekki detta, treystu mér. Ég hef komið þangað oft." sagði hann og brosti.

Sólin var rétt fyrir aftan fallega andlitið hans og maginn á mér snerist.

Ég gekk til hans og hann aðstoðaði mig við að setjast niður.

"Hvað ef ég dett?" Ég spurði.

"Ég mun falla með þér."

Ég sat þarna og starði á hann í stuttar mínútur. Ég veit ekki hvort hann var að ljúga. Þetta var eins og gríma. Það er ómögulegt að segja hvað var undir grímunni.

"Er þér alvara?" spurði ég hann á meðan ég starði í augu hans. Augu hans draga mig inn. Þau eru skærblá með keim af gulli.

"Mér er alvara." lýsti hann yfir. Ég fann andardráttinn á húðinni á mér og ég fann aðeins.

Ég leit undan, horfði í áttina til hans í langan tíma, sem lét mig líða viðkvæman og eins og hann gæti komið auga á alla galla í lífi mínu. Það var eins og ég gæti séð fortíð mína eins og hann gæti séð í gegnum augun á mér.

"Bara ekki líta niður. Gætirðu lokað augunum í eina sekúndu?" bað hann.

Ég brosti og lokaði augunum. Ég slengdi handleggjunum utan um hann, en mér leið ekki vel án þeirra.

"Bíddu bara sekúndu ... næstum því." Jason var að hrjóta. Ég brosti.

„Jæja, opnaðu augun," sagði Jason.

Ég settist upp og reyndi að hemja annað andvarp. Það var glæsilegt. Himinninn var ljósasti skugginn af öllum regnbogalitum. Háu glerturnarnir í fremstu röð halda þeim fyrir framan okkur, sláandi.

"Þetta er fallegt; hvernig. Hvernig vissirðu nákvæmlega tímann?" spurði ég án þess að hugsa um Jason. Ég gat ekki litið undan sólinni.

Hann hló. „Ég kom hingað allt of oft".

„Ég myndi koma hingað daglega ef ég væri þú," svaraði ég.

Í neðri hlutanum var leikið lag. Gott að þú komst.

"Ég kann þetta lag!" Ég svaraði, og það næsta sem ég vissi, var að syngja við lag. Ég hef aldrei sungið fyrir einstakling áður, aldrei. Þetta var fyrsti strákurinn sem ég eignaðist.

Eftir að lagið var búið var annað lag að spila. Ég horfði á hann og sagði: "Ger þetta alltaf?"

„Nei, ég býst við að þeir haldi veislu einhvers staðar fyrir neðan."

„VÁ, í þessari byggingu er ég hissa á að hún sé ekki að hrynja," sagði ég við sjálfan mig.

Hann hló.

Nóttin hélt áfram og borgarljósin kviknuðu. Lögin léku áfram og ég hélt áfram að syngja. Fyrir lögin sem ég gleymdi svoleiðis fann ég upp texta sem passa við taktinn.

Jason hló. Þetta var ánægjulegt kvöld. Ég myndi segja að þetta væri eftirminnilegasta kvöld lífs míns.

Jason fór fljótt yfir úrið sitt og náði til mín.

„Komdu, við erum sein! Hann lýsti því yfir.

"Seint fyrir hvað?"

"Bíddu bara. Drífðu þig!" Jason sagði mér og hjálpaði mér að komast af brúninni.

Við hlupum til dyra og hlupum svo niður tröppurnar. Við hlupum inn í eðalvagninn og vorum keyrð inn í flugstöðina. Við fórum aftur um borð í einkaflugvél Jasons og hún var í notkun eins fljótt og hún gat.

"Sofðu, ég skal vekja þig þegar við erum þarna." sagði Jason.

Ég andvarpaði og lagðist snöggt að mjúku drónanum í flugvélinni og handleggur Jasons hélt áfram að bursta handlegginn á mér í hvert skipti sem Jason hallaði sér aftur á bak.

Eftir smá stund vaknaði ég við að maður hreyfði öxlina á mér.

"Vanessa, vaknaðu!" Það var Jason.

Ég stundi, og opnaði síðan augun treglega. Ég horfði á augun mín með hnípandi augum í eftirvæntingu eftir því að augun ættu að aðlagast björtu birtunni.

"Erum við komin?" sagði ég og rödd mín var há.

"Já, flýttu þér!" sagði Jason.

Ég var að stynja og ég klifraði upp úr stólnum mínum og burstaði kjólinn minn. Jason fylgdi Jason fram í flugvélina og strax rakst kalt loftið í andlitið á mér. Ég skalf.

„Hérna," sagði Jason við mig og rétti mér jakkann minn. Ég samþykkti það án umhugsunar.

„Takk," svaraði ég og leit í kringum mig; staðurinn var upplýstur með litlu ljóskerum. Ég sneri höfðinu og reyndi að fá skýrari sýn á myrkrið. Þetta var pínulítil hálfblómstrandi kirsuberjablóma á hálfröndóttu tré. Lítil hús voru byggð úr timbri neðar. Fyrir framan mig var glæsilegt fjall.

Ég brosti og vissi hvar við vorum. Japan.

"Jason!" Ég öskraði: "Við erum í Japan!"

Jason sneri höfðinu og brosti.

"Hvað erum við að gera hér?" spurði ég.

"Borða sushi." Hann bætti við: „Á hverju ári, þessi staður," benti hann á stóra tré-sushi-höll „, bjóddu upp á borða-allt-þú-má-dag. Fyrir $25 geturðu borðað hvaða magn af sushi sem þú vilt."

Ég hló. Mér líkar líka við þennan stað.

— Getum við farið inn núna? spurði ég örlítið óþolinmóður.

Jason hló þegar hann opnaði hurðina úr viði.

Þegar við komum inn tókum við eftir því að það var margt fólk.

„Þeir búa til besta sushi hérna," sagði Jason við mig.

"Hvernig get ég aðstoðað?" Þjónustustúlka lagði fram spurninguna með japönskum hreim.

"Ég pantaði borð hérna, Cohen-hjónin." sagði Jason.

Afgreiðslustúlkan kinkaði fljótt kolli. "Ó já, fylgdu mér."

Við fórum með hana í enda rýmisins þar sem gluggi var.

Ég sat við hliðina á glugganum, ég leyfði glugganum að opnast og ég var undrandi yfir útsýninu. Það var hægt að sjá tunglið, Fijifjall og hafa fullkomið útsýni yfir nærliggjandi blómstrandi kirsuberjareit. Það var hlýtt í herberginu við hliðina á glugganum.

„Finnst þér vel hérna? spurði Jason og brosti.

"Nei, ég elska það hér!" Ég sagði honum að ég brosti til hans á meðan hann las matseðilinn með ensku þýðingunni sinni.

"Borðarðu sushi?" spurði Jason.

"Já - ó, fröken, mig langar að panta eitthvað. Mig langar að fá fjögur stykki af Kaliforníurúllu, tvær álhandrúllur, sex stykki af laxi án krydds og mig langar í bolla af grænu tei, takk." svaraði ég.

Jason brosti til mín með breiðmynni brosi sínu. Ég hló svolítið.

"Og þú, herra?" spurði hún.

„Mig langar í sex stykki af laxi, fjóra bita af sterkum túnfiski, tvær drekahandrúllur, tvær stökkar álar með kryddi og bolla af Jasmine te, takk,“ sagði Jason.

Hún fór til að sækja pöntunina á öðru borði.

Maturinn kom og hann var ljúffengur.

"Mmm, ég elska þennan stað; við ættum að koma aftur hingað," sagði ég á meðan ég borðaði handrulluna mína.

Hann brosti og tróð álinum með marr í munninn.

Ég hló dálítið að munni hans. Hann er með risastóran munn.

"Stökki állinn er ótrúlegur! Verst að þú hafir ekki pantað neina." sagði Jason á meðan hann sveiflaði sushi-stykkinu á undan mér.

Ég greip stykki af stökkum rúllum úr bakkanum hans og setti það í munninn á mér á meðan ég horfði á undrandi svip hans.

Ég kyngdi og brosti ánægður.

"Hvað var - "

„Þú stalst hádegismatnum mínum, það mun ekki vera sanngjarnt ef ég steli einhverju af kvöldmatnum þínum og það „sumt“ þýðir 1 bit af sushi.“ Ég sagði þér það.

"En það er allt önnur saga. Þú gast ekki klárað hádegismatinn þinn svo ég verð að hjálpa, þú vilt ekki sóa mat ekki satt??" Jason sagði: "Og það þýðir að ég fæ að taka sushi frá þér vegna þess að þú stalst fprinu mínu án góðrar ástæðu."

Svo, rétt áður en ég neitaði að taka tilboði hans, greip hann síðasta laxbitann (sem ég elska mest) og stakk honum í munninn.

Kjálkarnir á mér féllu, "ÞETTA ER SVO EKKI SANNGÆRT!!" Svo beygði ég mig fram og stal öðru sushistykki af honum. Ég brosti eins og þetta væri síðasti bitinn hans.

Við héldum áfram að stela sushiinu okkar þar til ég grét: "Tímalaus! Þessi leikur er ekki sanngjarn! Þú borðar hraðar en ég og þú borðar meira en ég. Þú verður að hætta."

Jason brosti, "Awhh, það er of slæmt, ekki satt??"

Ég sló varlega í handleggina á Jason, "Þegiðu, fíll!"

Hann hló.

Handleggirnir á mér krossuðust. Og sagði: "Jæja, við skulum halda smákeppni."

Jason stöðvaðist strax í sporum sínum.

"Allt í lagi, við munum sjá hver borðar meira sushi, og þú sagðir að þetta væri borða-allt sem þú getur - - - - sushi höll, ekki satt?"

Hann brosti og kinkaði kolli.

"Allt í lagi, komdu með það. Fyrirgefðu, máttu koma með tvo diska af Kaliforníurúllum, vinsamlegast?" spurði ég þjónustustúlkuna.

Hún andvarpaði.

"Þér til upplýsingar, diskur af sushi hefur 24 sushi þú veist það ekki satt?" sagði Jason.

Ég brosti og sagði: "Mér er alveg sama." svaraði ég brosandi.

Maturinn kom og ég brosti djöfulsins brosi. "Komdu með það, fíll."

"Ég geri það, ljúfu kinnar." Hann brosti og sagði.

Ég hló dálítið áður en ég fór að pæla í máltíðinni.

Eftir að hafa borðað 2 og hálfa diska lagði ég andlitið á borðstofuborðið. Ég andvarpaði þegar ég fann að það var verið að kreista í magann.

"Guð minn góður, hvernig komst ég yfir 1 og hálfan disk?" Ég hugsaði með sjálfum mér: "Ahhhh, mér líður illa."

Jason hló blíðlega. Ég hafði ekki hugmynd um hvernig hann hefði getað borðað þrjá og tvo þriðju hluta af sushi. Hann er einn af hinum sönnu fílum.

„Mér líður eins og mig langi til að kasta upp, en maturinn kom ekki upp."

„Þú vilt hvíla þig, ég held að þér myndi líða betur á eftir," sagði Jason.

Ég brosti.

Við hoppuðum inn í eðalvagninn sem stefndi í átt að hótelherberginu okkar.

"Vanessa, ég verð að segja þér eitthvað."

Ég kinkaði kolli og sagði vini mínum að gera það. Gjörðu svo vel.

„Um herbergið, það var ekki nóg pláss, svo ég pantaði aðeins 1 herbergi . . .

„Það er allt í lagi," sagði ég.

"Og það þýðir að það er eitt rúm."

Ég beindi athygli minni að honum og mínum. Augun stækkuðu.

„Sjáðu, ég reyndi, en öll herbergin með 2 rúmum kláruðust og þetta var eina hótelið sem er ekki í 30 kílómetra fjarlægð. sagði Jason rétt þegar við keyrðum upp á hótelið.

„Það er allt í lagi, Jason," sagði ég og vonaði að rödd mín hljómaði sjálfsörugg.

Við gengum út um útidyrnar og héldum í átt að viðarhótelinu.

Að innan var hlýtt og notalegt. Ljósið var dauft, sem benti til þess að meirihluti fólks væri sofandi.

"Hæ, við pöntuðum 318 undir nafni Jason Cohens." Sagði hann við konuna í móttökunni. Hann kinkaði kolli og hún rétti honum lyklana.

Við komumst í 318 og lærðum tvennt. Sú fyrsta var að fötin okkar voru þegar til staðar og tvö rúmið var ekki til staðar. Í staðinn var þetta risastórt mýrateppi, 2 púðar á milli þeirra og teppi til að hylja.

„Vá, þetta er áhugavert „rúm"," sagði ég.

„Þetta er japanski stíllinn," sagði Jason við mig og minnti mig á hvar við erum.

Ég brosti.

"Baðherbergið er þarna." sagði Jason. Ég kinkaði kolli.

Eftir að hafa farið í sturtu var ég þakklát Jason andlega fyrir að gefa mér föt því ég ætlaði ekki að sofa í sama kjólnum.

Ég klifraði fljótt upp í rúm og reyndi að sofa eins mikið og ég gat áður en Jason fer út af baðherberginu. Að vita að hann sefur nálægt mér hjálpar mér ekki að sofa og að vera meðvitaður um að hann leggist á hliðina á mér hjálpaði ekki.

Síðan var tímaspursmál hvenær hann gengi út af klósettinu, bara klæddur einum af boxerunum sínum. Ég skalf en lokaði augunum snöggt þegar hann gekk í áttina að mér.

Hann brosti aðeins. Augu mín stækkuðu og ég byrjaði að roðna í andlitinu.

Hann lagðist við hliðina á mér og hjartað í mér hoppaði upp.

Ég lagðist á rúmið mitt og reyni að sannfæra sjálfa mig um að hann sé ekki þarna, svo að ég eigi allavega möguleika á að sofa. Eftir því sem tíminn leið varð herbergið kalt og kyrrt.

"Jason?" Ég hvíslaði blíðlega og reyndi að komast að því hvort hann væri enn vakandi. Ég skalf í kulda.

Það varð stutta þögn og svo gat ég svarað honum: "Já?" Röddin hans var hógvær, sem benti til þess að ég hefði vakið hann.

"Geturðu kveikt á hitanum? Mér er kalt." spurði ég um leið og ég nuddaði handlegginn.

"Nú segirðu mér það?" Jason var rólegur, "Komdu nær mér."

Ég skaut mig nær honum. Bara með því að færa mig nær honum fann ég líkamshita hans.

"Þú spurðir aldrei um að kveikja á hitanum, allt í lagi?!" svaraði ég.

Jason lagði handleggina utan um mig og dró bakið á mér í átt að Jason. Hann ýtti mér nær. Það var auðvelt að finna hitann streyma í gegnum húð hans til mína og finna hlýju hans geisla í gegnum þunn fötin mín. Handleggirnir mínir eru það eina sem heldur hjarta mínu í burtu frá brjósti þeirra. Ég var að roðna.

"Þegiðu, ljúfu kinnar." Jason sagði hvíslandi, rödd hans dálítið þreytt, "Sofðu."

Ég gat ekki staðist bros yfir því hversu afslappaður ég var. "Góða nótt."

Ég gaf frá mér eitt risastórt geisp og sofnaði strax á eftir.

Kannski var það ekki svo slæmt að sofa hjá honum eftir allt saman. Ég elskaði að sofa við hliðina á honum, undir hlýja handleggnum hans. Hann gaf mér þá tilfinningu að ég væri í friði. Mér finnst svo sannarlega gaman að vera með honum.

~~

Ég vaknaði með sólargeislana á andlitinu. Ég hallaði mér fram og nuddaði andlitið og áttaði mig á því að ég var alveg vakandi. Ég var ekki viss um hvað var að fá mig til að brosa; ég gat hins vegar ekki annað en hugsað með mér að kannski væri ég einfaldlega hamingjusöm manneskja.

Ég gekk inn á klósettið, aðeins til að heyra vatnið þjóta.

"Jason, gætirðu vinsamlegast flýtt þér?" Ég spurði.

"Ó, þú ert vakandi!" Hann svaraði.

Ég gekk að innkaupapokanum mínum og reyndi að draga fram eitthvað sem ég gat sett í þann daginn.

Ég heyrði baðherbergishurðina opnast og ég leit í kringum mig og áttaði mig á því að Jason var aðeins með eitt handklæði bundið um mittið á sér. Vatnið rann niður hárið á honum niður að brjóstvöðvunum. Bara tilhugsunin um að sjá hann fékk mig til að roðna.

Ég skipti um skoðun og á eftir ræsti ég mig. "Umm, við fórum að versla í gær, svo ég er viss um að þú átt föt."

Ég sá að ég gæti séð hann brosa til mín fyrir aftan höfuðið á mér, "Ég gleymdi að ná því." Ég gat næstum heyrt hláturinn sem hann ætlaði að láta frá sér í röddinni.

Ég tók saman fötin mín og gekk út á klósettið án þess að líta til baka. Horft.

Ég þvoði og hreinsaði tennurnar. Fyrir utan gat ég heyrt Jason gera sig tilbúinn til að fara.

"Ertu búinn?" krafðist hann.

"Já!" Ég svaraði um leið og ég henti handklæðinu til hliðar og steig svo inn á klósettið.

"Bíddu eftir mér í eðalvagninum, ég er að kíkja." Hann bætti við. Töskunum var þegar pakkað aftan í eðalvagninn. Ég steig inn og bað um bílstjórann "Fyrirgefðu, herra, hefurðu hugmynd um hvert við gætum stefnt í dag?"

"Góðan daginn, frú Cohen, því miður veit ég ekki hvert þið eruð að fara, en ég á að keyra ykkur á flugvöllinn." Hann bætti við.

„Þakka þér fyrir," sagði ég við hann og brosti brosandi.

Ég settist niður á meðan Jason fór inn í eðalvagninn.

Við fórum út á flugvöll og stigum síðan inn í einkaflugvél Jasons.

"Góðan daginn, herra og frú Cohen, þetta er William Smith skipstjóri aftur -" flugmaðurinn hélt áfram að tala um leið og Jason spurði: "Hvernig var gærdagurinn?"

Ég andvarpaði, "Nú, það var allt í lagi."

Jason brosti og strauk vísifingri sínum létt undir hökuna á mér. Bendingin vakti minningar. Það leiddi mig aftur til þess fyrsta augnabliks þegar Jason kom inn í líf mitt. Þetta var í fyrsta skipti sem Jason gat snert mig - beint á kinnina á mér. Það leiddi mig líka aftur að þeirri staðreynd að þetta var ekki í fyrsta skiptið sem ég fer um borð í flugvél hans. Minningarnar um þá ferð komu upp - hvernig ég hata hann fyrir þá sem og hvernig ég hef verið snobbaður fyrir auð hans og þá staðreynd að ég vildi ekki vera í kringum hann. . . og hvernig það breyttist. . .

"Viltu morgunmat?" spurði Jason brosandi.

Ég brosti og kinkaði kolli.

Maðurinn sleit fingrunum og morgunmaturinn kom.

"Hvernig finnst þér vöfflur." sagði hann á meðan hann gaf mér morgunverðarbakka.

Ég reyndi að rétta úr andlitinu. Á sama tíma var ég ekki svangur.

Ég fíla ekki vöfflur. . . Ég hugsaði um það, en auðvitað vildi ég ekki láta hann vita; það var ófagmannlegt.

Ég byrjaði að afhýða álpappírinn og ég var minntur á hann. Ég fékk mér vöfflur í morgunmat og kastaði svo upp í bekknum vegna ógleði.

Ég ætlaði að búa til sírópið þegar Jason truflaði mig.

"Bíddu." Ég spurði hann og hann sneri sér svo að flugfreyjunum: "Kenstu öllu, fáðu okkur annan morgunmat."

Ég sá að farþegarnir voru agndofa en þeir fjölluðu fljótt um atvikið. Hún tók bakkann og stakk af áður en ég gat jafnvel hafnað honum. Kjálkarnir mínir héngu aðeins. . .

Hver var ástæðan fyrir því að Jason þurfti að segja það? Hvernig vissi Jason það?

"Hvernig vissirðu?" spurði ég.

Hann brosti aðeins á meðan hann klóraði sér í höfðinu. "Jæja, ég las hugsanir þínar."
"Hvað -? Hvernig -? Hvað?" spurði ég ruglingslega.
"Ég hef vald til." sagði hann og brosti hlæjandi brosi sínu.
"Hvernig gerir þú þetta?" Ég spurði.
"Það er vegna þess að ég er framtíðar Alfa. Ég gæti lesið hugsanir maka míns jafnvel áður en við hjónumst." Hann bætti við. Ég var að roðna.
Hann gat séð minninguna. Það er svo vandræðalegt.
Dreptu mig!!
Þarf ekki. Hann tekur það sem Layla sagði honum. Ég myndi vilja að þetta væri svipað og þetta.
Jason brosti aðeins og lét mig vita að Jason hefði lesið hugsanir mínar.
"Hættu!" Ég sagði við sjálfan mig.
Jason hló.
"Hættu!" Ég sagði við sjálfan mig: "Vinsamlegast hættu að lesa huga minn. Ég sver það! Ég mun deyja!"
„Ég er í lagi með það, ljúfu kinnar".
"Ég er ekki!!"
Hann dró hárið af andliti mínu og lagði höndina á hálsinn á mér. Hann kyssti varir mínar létt. Ég var ekki viss um hvort væri vandræðalegra: möguleikinn á að leyfa einhverjum að horfa á vandræðalegustu augnablik lífs míns eða láta farþega í flugvélinni mæta rétt í tíma til að verða vitni að kossinum á andlitið á mér.
Ég dró axlir hans aftur og roðnaði og hlustaði á flugfreyjurnar tala: "Umm, h- hérna, herra. Þú ert morgunmatur. E - njóttu."
Ég sléttaði stuttbuxurnar og sléttaði hárið.
"Beacon hrærð egg með enskri muffins." Jason lýsti yfir: "Ertu í lagi með það?"
Ég brosti, skrældi síðan álpappírinn og byrjaði svo að borða.
"Svo hvert erum við að fara?" Ég spurði.
"Einhvers staðar skemmtilegt." Jason brosti og Jason. Ég hló. Ég borðaði morgunmatinn minn í skyndi og hallaði mér aftur þegar Jason borðaði matinn sinn.
Ég brosti svolítið að því hvernig hann tyggur. Kjálkar hans eru traustir. Ég hristi augun úr kjálkum hans og opnaði gluggann. Ég starði á gluggann þegar birtan fór að koma sterkt inn.
Ég fór út og starði niður. Það eina sem ég sá var hafið, blátt, blátt og meira blátt. Ég brosti aðeins og dáðist að hinum ótrúlega bláa. Það er sjaldgæft að hafa svona í New York. Það var töfrandi og virtist næstum óraunverulegt.
Ég starði til himins í langan tíma, nægan tíma til að horfa yfir landslagið.
"Ég sé land!" sagði ég og dró í handlegg Jasons. Hann hallaði sér að mér og leit út um gluggann. Í þessari stöðu gat ég fundið lyktina af sjampóinu sem hann var að nota. Ilmvatn hans faðmaði hann að sér. Inni mitt bráðnaði aðeins.
"Jæja, við erum næstum því komin." Sagði hann.

Vélin fór að nálgast og ég fann fyrir spennu. Ég er ekki viss um hvers vegna, en kannski vegna þess að ég er viss um að ég eigi eftir að eiga yndislegan tíma með honum. Ég vona það.

Við yfirgáfum flugvélina og héldum að eðalvagninum sem bíður.

"Hvernig fékkstu einkaþotu?" Ég spurði á meðan ég horfði út um gluggann á eðalvagninum og inn í einkaflugvélina hans. Það var töfrandi og það var lúxus.

„Ég veit það ekki... Ég býst við að það hafi verið vegna þess að þegar ég var yngri vildi ég ferðast um heiminn, svo pabbi minn lofaði mér að hann myndi fá mér þotu," sagði hann við mig.

"Veistu hvernig á að fljúga því?" spurði ég.

Jason brosti og sagði: "Ætli það sé ekki. Ég hef aldrei fengið lexíu um það."

Svo hló ég. "Þú átt þotu en veist ekki hvernig á að fljúga henni?"

Hann brosti. "Jæja, ég myndi frekar slaka á því en hafa áhyggjur af því að ég sé að fara að hrynja það."

Ég hló. "Vá, þetta er eitthvað áhugavert."

"En ég reyndi einu sinni að fljúga henni með William skipstjóra, en þú veist ... mér mistókst."

"Hvað gerðist?" spurði ég.

„Jæja, ég hrapaði næstum því, lendingarhjólið fór út þegar við vorum í loftinu, ég stefndi næstum í storm og margt fleira slæmt. Hann sagði: "Veit ekki hvernig ég lifði af, en ég gerði það."

Svo hló ég: "Þú ert hræðileg!"

"Þetta er ekki auðvelt og ég myndi vilja sjá þig gera það!" sagði Jason og lyfti augabrúninni.

"NEI!" Ég svaraði: "Ég mun deyja, og það er ekki einu sinni þotan mín; ég vil ekki skemma hana."

"Jæja, ég gef þér leyfi til að nota það. Hverjum er ekki sama þótt það skemmist? Það er til eitthvað sem heitir viðgerðarverkstæði." Hann sagði það eins og það væri það augljósasta sem þú getur gert í heiminum.

"Ég stend framhjá! Ég myndi líklega hrynja í flugtaki." Ég sagði Jason. Jason brosti. Honum finnst einfaldlega gaman að geta sagt að hann sé meira en við hin. Dæmigert Jason.

Bíllinn stoppaði og ég áttaði mig á því að við vorum á ströndinni. Þetta var virkilega falleg strönd, mögulega töfrandi strönd sem þú hefur farið á.

"Vá, en hvað er að öllu fólkinu," spurði ég þegar Jason hjálpaði mér að komast út úr limóinu.

Jason brosti til mín þegar hann leiddi mig inn í búð, "Þú munt sjá."

"Bíddu, hvar erum við í fyrsta sæti?" spurði ég.

"Hawaii."

"Hvað er þessi eyja sem er beint fyrir ofan virkt eldfjall? !!!???" Ég öskraði: "Ég vil ekki deyja; hvað gerist ef eldfjallið gýs? Hvað gerist ef ég dey? Ég vil ekki deyja ennþá; ég er of ung!"

"Vertu rólegur. Ég athugaði hvort eldgos væri, og það er ekkert sem bendir til þess að það sé að fara að gjósa," sagði Jason við mig og dró mig inn í búð fyrir baðfatnað.

Nei, við keyptum ekki búning í baðið.

Verslunin selur eingöngu bikiní.

Í alvöru?!

„Hérna," sagði Jason og rétti mér búninginn. Svart bikiní.

"Nei, þessi búð, takk?" spurði ég.

"Breyttu bara." Hann hvatti mig í átt að búningsklefa á baðherberginu.

Ég ákvað að skipta um föt og leit í spegil. Ég leit ekki svona hræðilega út. Ég yfirgaf búningssvæðið mitt. Jason viðurkenndi nærveru mína og borgaði mér síðan fyrir bikiníið mitt. Það kom á óvart að komast að því að Jason hafði þegar tekið jakkafötin sín úr pallbílnum.

Vá, þetta hlýtur að hafa tekið langan tíma.

"Komdu hingað." Hann sagði, þegar við fórum út úr búðinni, "Hérna."

"Hvað?!" hugsaði ég og horfði á hvíta brimbrettið sem var með þunnum bláum sjóndeildarhring.

"Fyrir þig." Hann brosti og sneri sér undan.

"Fyrir mig?" spurði ég. Hann brosti.

"Þetta eru uppáhalds litirnir þínir, ekki satt?" spurði ég hann. Ég kinkaði kolli og hjarta mitt þrútnaði, vitandi að ég þekkti þann lit sem ég vel.

Ég sat og horfði á hann. Ég var ekki viss um hvernig ég myndi lýsa því sem mér líður núna. Það var löngun mín að faðma hann. Hann vildi að ég kyssti varirnar hans. Það var erfitt að gráta ekki. Ég vildi kaupa eitthvað til baka, ég var ekki viss. Ég var ekki viss hvort ég gæti einu sinni gert eitthvað af þessu. Í staðinn sagði ég "Þakka þér fyrir." Ég kyssti hann og kyssti kinnarnar.

Hann sat og horfði á hann.

"Komdu, við verðum að flýta okkur." sagði hann og teygði sig í svartklædda brimbrettið sitt.

"Af hverju?" Ég spurði.

„Keppnin er að hefjast.

"Hvaða samkeppni?" spurði ég.

"Brifbrettakeppnin er að hefjast."

"Ertu í því?" spurði ég, skelfingu lostinn. Hann gat flett.

"Já, fyrir þig." Hann bætti við. Hann dró mig upp á fremstu röð, þar sem allir voru.

" . . . Og sá síðasti verður Jason Cohen! Vinsamlega lofið keppendum stórt og mikið !!!!!" Ræðumaður tilkynnti. Mannfjöldinn braust út í lófaklapp og öskraði. Ég brosti til Jasons.

"Ég ætla að vinna fyrir þig!" Jason hrópaði yfir ströndinni og hló. Ég skemmti mér.

"Erum við tilbúin, áhorfendur?!!" Hátalararnir æptu upp. Fólkið öskraði, sérstaklega konurnar sem voru við hliðina á mér.

"ERUM VIÐ TILbúin??!!" Ræðumenn ítrekuðu spurninguna. Fólkið öskraði aftur, en í þetta skiptið hrópaði ég "Já!" líka.

"Allt í lagi ÞEIR, LÁTTU ÞAÐ BYRJA! Á MERKI ÞÍN, VERÐU TILTAKA . . . GOOOOOO!!!"

Ég setti hendurnar í munninn og öskraði: "ÁFRAM JASON!"

Ég brosti og skar mig af brimbrettinu.

Hann brosti til mín og gaf mér bros og kveðju drengs. Ég gat ekki staðist að brosa til hans áður en hann sneri sér við og hljóp að vatninu.

"Ó, sjáðu! Ég sé mjög góða öldu fara á land; við skulum sjá hver á að ná þessari?!" Ræðumaður tilkynnti. Ég hlustaði þegar Jason gerði í straumnum.

Ég var bara að taka eftir því að hann var mjög góður í brimbretti. Hann var virkilega fær í brimbrettabrun. Nýlega komst ég að því að hann var fær um að vafra - ég vissi það ekki. Þegar ég hitti Jason fyrst var ég yfirleitt að hugsa um dekraðan, ríkan krakka sem hefur engan tíma til að dansa allan daginn og nóttina, spjalla við konu sem er vinkona fyrrverandi hans eða eitthvað álíka eða spila tölvuleiki tímunum saman og hugsa að á morgun á eftir að verða heimsendir.

„Horfðu bara á Cohen og Hannings, að reyna að berjast við þessa stóru öldu, þú getur gert eitt helvítis bragð á þeirri leið! Ræðumaður bætti við.

Ég horfði á Jason og manninn sem stóð beint fyrir framan hann og hélt að gaurinn gæti verið Hannings.

"Ó! Þeir eru aðeins nokkrum metrum frá öldunni, og við skulum sjá hver á eftir að komast. Ég held að þetta verði mjög áhugaverð keppni, finnst þér ekki fólk?" Orð ræðumanna heyrðust og mannfjöldinn raulaði.

"Sjáðu bara! Er það ég, eða er Hannings að hægja á sér? Ætlar hann virkilega að gefa Jason þetta svona auðveldlega?"

Mannfjöldinn trylltist. Ég gat ekki sagt hvort þeir væru að hvetja Hannings til að hætta aldrei eða hvetja Jason til að halda áfram. Mér var alveg sama; Ég beindi bara athygli minni að Jason þegar hann færði sig í átt að hópnum. Ég horfði á hann búa sig hægt undir að standa. Hann hneigði sig fram og stóð upp á öldunum. Allur mannfjöldinn urraði í hæstu hæðum. Ég stökk upp og öskraði: "Woahhhhh!!!!!"

"Þetta var sjúkt!!! Fleiri stig fyrir Cohen!" Hátalarinn öskraði þegar ég horfði á Jason hjóla í gegnum öldugöngin og síðan um brún öldunnar sem átti að koma. "Bíddu, horfðu bara á Hannings sem við þekkjum öll - aldrei að gefast upp. Þó að Hannings hafi ekki náð þessari bylgju, þá er hann ekki að gefast upp. Hann er að reyna að ná bylgjunni fyrir aftan Cohen! En það lítur út eins og Cohen og Matthews Ertu líka að reyna að ná þessari öldu Þrír eru of fjölmennir, er það ekki?"

Ég krossaði fingurna og vonaði að Jason myndi sigra.

"Sjáðu baráttuna!" ræðumenn lýstu yfir og ég tiplaði á tánar til að skoða hvað var að gerast yfir öldunum. Ég tók eftir því að Hannings var að leita að því að nota brimbretti sitt til að trufla Jason frá því að taka á sig næstu bylgju. Jason sló höfuðið með hamri þegar kalda vatnið skar yfir andlit hans.

Jason! Hann getur ekki unnið! Ég var að hugsa.

Hins vegar man ég ekki eftir því að Jason hefði getað heyrt hugsunarhátt mína; Ég trúi því að Jason hafi bara litið á mig og gefið mér bros áður en hann sneri aftur athygli sinni að veifunni sinni. Það gæti verið ímyndun mín, en ég held að Jason hafi starað á mig, eða kannski hafi hann verið að horfa á mig.

Ég sá að Jason gat komist í burtu frá Hannings; það var þó ekki fyrr en Hannings skvetti í síðasta sinn með köldu vatni. Jason datt næstum af borðinu sínu eftir að hafa misst af borðinu sínu. Hins vegar var honum bjargað þegar hann gerði óviljandi 180. Mannfjöldinn var í stuði. „Þetta var nálægur gripur, Cohen! sagði ræðumaður. Ég brosti.

Hann bætti við einni hreyfingu í viðbót áður en bylgja hans lægði og hann gat brimað til lands. Mannfjöldinn öskraði!

Ég hljóp í áttina að Jason og faðmaði hann fast. Kaldur líkami.

„Þú stóðst þig frábærlega þó ég viti ekki hvað þú gerir þarna uppi helminginn af tímanum. Ég sagði honum og brosti til hans. Ég tók eftir því að bleikar varirnar hans voru að breytast í fjólubláar.

Jason brosti blítt. "T- Þess vegna ætla ég að kenna þér hvernig á að vafra."

"Ertu það? Og af hverju er þér svona kalt?"

"Vatnið." sagði hann og hélt á mér. Hann hrifsaði handklæðið af sandströndinni og vafði því síðan utan um mig.

„Allt í lagi, dömur og herrar, dómararnir fengu stigin! tilkynntu ræðumenn. Kossarnir sem ég gaf Jason á sætu kinnarnar hans, "Ég held að þú sért að fara að vinna því þú varst bestur þarna uppi."

Jason brosti, "Er ég líka sá heitasti og kynþokkafyllsti þarna uppi?"

Ég skemmti mér. Ég var ekki viss um hvernig ég ætti að bregðast við. Hann var heitastur og kynþokkafyllsti En hvernig gat ég sagt honum það? Það væri vandræðalegt.

Jason hló og gekk nær mér. Ég tók eftir því að Jason var ekki lengur eins hrakinn og í raun held ég að hlýja Jasons sé nú beint að mér. Hann hallaði sér inn og hvíslaði að mér. Andardráttur hans var hlýr og heitur og fékk mig til að öskra: "Ég veit það ekki?"

Hann gekk í burtu, eftir það tók það mig smá tíma að skilja hvað hann meinti og þegar sannleikurinn kom yfir mig leið mér eins og geðveikri stelpu. Hann gat verið að hlusta á hugsanir mínar!

Af hverju man ég það ekki?!

Láttu það vera. Maðurinn veit það

"Fékk að fara." sagði hann og brosti til mín einu sinni enn áður en hann sneri sér við og gekk af stað.

Ég ætla að fremja sjálfsmorð í kvöld. Ég sver að þetta er að drepa mig.

"Hver er tilbúinn fyrir tilkynningu um sigurvegara?" Ræðumennirnir æptu. Allir fögnuðu.

Brimfararnir mynda eina línu, brosa eða hlæja að hverjum sem er fyrir framan þá.

"ERT ÞÚ TILBÚINN?!" Hátalararnir æptu hærra. Enn einu sinni rauk mannfjöldinn.

Mér líkar ekki þegar fólk spyr: "Ertu tilbúinn?!" Eftir annað skiptið. Mér finnst það ótrúlega pirrandi og viðkvæmt því við höfum heyrt það áður, en þú þarft ekki að heyra það til að endurtaka það.

"Ok !!!! Þriðja sætið er Matthews!!" fólkið öskraði. Matthews kom fram og sýndi öllum brosið sitt að verðmæti þúsund dollara og stífur málmbiti var settur um hálsinn á honum.

"Hinn annar sæti er .. Hannings!" Mannfjöldinn trylltist. Hannings stóð upp og sýndi hverri stúlku bros áður en hún fékk verðlaunin sín.

"Og sigurvegari í fyrsta sæti issssss . . . " Ég er ekki ánægður með hvernig maðurinn hætti því það var augljóst að þetta var "Cohen!!"

Ég hló að sjálfum mér. DUH!!!

Allar stelpurnar voru að hoppa upp og taka hundruð mynda þegar Jason stóð upp og starði á mig með ójafnvægi brosi. Ég brosti til baka þegar maginn á mér sökk. Hann tók við verðlaununum sínum og gekk um salinn áður en hann fór af sviðinu.

"Ahh, þvílík keppni!" Ræðumenn sögðu: "Eigðu góðan dag og njóttu hvers og eins."

Allir fóru að yfirgefa ströndina. Ég fór í átt að Jason, sem brosti glaðlega.

"Þú vannst - "Á næsta augnabliki sló maðurinn vörum sínum á varirnar á mér. Maginn á mér var eins og rússíbani. Þeir voru að snúast í hringi.

„Já," sagði hann þegar hann fór. Ég kinkaði kolli, alveg ringlaður.

"Svo ætlarðu að kenna mér að vafra eða hvað?" spurði ég þegar ég áttaði mig á því að ég væri kominn aftur í raunheiminn.

"Ef þú vilt." Sagði hann.

"Helvíti já!" sagði ég og elti Jason þegar ég dró brettið mitt.

"Hæ! Hjálpaðu mér! Þetta bretti er þungt." Ég bað.

Jason brosti og hljóp um til að ná í borðið mitt.

~~

"Ó. Guð minn góður. Ég hef aldrei verið svona þreytt á öllu mínu lífi." hrópaði ég og stökk upp í sæti einkaflugvélarinnar.

Höfuð Jasons lá á herðum mér á meðan Jason hvíslaði: "Ég hef."

"Gerirðu þetta alltaf?"

Hann svaraði ekki.

"Ég meina brimbretti?" spurði ég.

"Nei, ég vafra bara nokkrum sinnum. Ég hef ekki tíma. En þegar ég brim þá vafra ég þangað til ég er orðin svo þreytt eða þar til mér er ískalt." Hann bætti við.

"Af hverju er það?" Ég spurði.

„Vegna þess að þetta er lífstíðartækifæri".

— Ferðu ekki alltaf hingað?

"Já, en ég hef ekki tíma. Ég kem hingað annað hvort vegna fjölskyldu, heimsóknar eða viðskipta. Varla hér í fríi." Hann bætti við.

Ég brosti og við horfðum á í dágóða stund þar til ég spurði: "Hvert erum við að fara?"

"Einhvers staðar." sagði hann og horfði á mig aftan frá.

"Af hverju segirðu mér það aldrei?" Ég spurði.

"Af því."

"Af því hvað? Þú getur ekki bara talað í brotum." svaraði ég.

"Já ég get."

"Nei, þú getur það ekki."

"Já ég get." Hann svaraði.

"Nei!" Ég sagði við sjálfan mig.

"Sjáðu, þetta var brot. Þú sagðir mér að tala ekki í brotum, og nú talar þú í brotum. Þvílíkur hræsnari." sagði hann og hló aðeins með sjálfum sér.

"Veistu hvað? Haltu kjafti!" Ég sagði honum, settist upp og sveiflaði öxlum mínum frá andliti hans á meðan maðurinn brosti.

„Ahh, hvolpurinn viðurkenndi loksins að hún væri að fara gegn sjálfri sér," sagði Jason og hallaði sér að mér. Ég er pirruð yfir því að hann er alltaf svo nálægt mér, sem veldur því að mér finnst ég vera svo elskaður og samt virðist þú ekki eins og hann hafi ást á mér.

"Þegiðu!" Ég sagði honum að ég sneri mér frá honum: "Ég er að fara að sofa."

"Bíddu," sagði hann, "áður en þú gerir það þarftu að breyta í þetta." Fingurnir hans titruðu og konan sem bar fötin mín birtist. Hún var í litlum svörtum kjól.

Þetta var svakalegt, en fyrsta hugsunin sem mér datt í hug var sú hugsun að Jason myndi sjá nærbuxurnar mínar einu sinni enn.

"Nei, það mun ekki gerast aftur, ég lofa því." Hann bætti við.

Hér er hann að lesa hugsanir mínar og ég finn ekki fyrir minnstu vott af tilfinningum.

"Geturðu vinsamlegast ekki lesið hugsanir mínar? Það er soldið... óþægilegt," spurði ég og hljóp af stað.

„Ég er bara að tryggja að þegar ég geri það heyri ég engar óþekkar hugsanir um mig. Jason hló og brosti.

Kjálkinn minn féll "HVAÐ?! Ég hugsaði aldrei um þig svona! Ég sver það! Ég gerði það aldrei! Og ég er ekki eins óviðeigandi! Ó. Guð. Guð!"

Jason hélt áfram að hlæja þrátt fyrir hvernig ég svaraði hlátri hans. Hann hætti hins vegar að hlæja þegar ég skipti um skoðun og reyndi að sofna.

"Allt í lagi, allt í lagi. Fyrirgefðu. Ég mun ekki gera það aftur," bætti hann við. Ég sneri mér við.

"Og líka, ég þarf ekki að vera í þessum kjól," svaraði ég.

"Þú verður að klæðast því!" sagði hann honum.

"Af hverju er það?" Ég spurði. Ég krosslagði hendurnar.

"Vegna þess að við erum að fara á sjö stjörnu veitingastað og þú vilt ekki ganga í mjóum gallabuxum og bol. Þú verður að klæða þig til að heilla," bætti hann við.

„Við the vegur, ef þú vissir ekki að ég fæddist ekki í gær, þá er ekkert til sem heitir 7 stjörnu veitingastaður," sagði ég við þig.

„Ég er bara að reyna að gefa þér mynd af því hversu ríkur þessi staður er," sagði hann.

"Ohhhhh, hvað ég sé falleg mynd á "7-stjörnu veitingastaðnum," sagði ég í kaldhæðni.

Jason var dálítið hallærislegur og brosti til mín.

„Allt í lagi," sagði ég og vaknaði tilbúinn til að nota klósettið til að skipta um föt.

Ég fór í kjólinn. Ég sá að þetta var hágæða kjóll og hann var ótrúlega langur. Það var aðeins hærra en á miðju læri.

Ég yfirgaf baðherbergið aðeins til að uppgötva smóking Jasons. Jason breytti í smókinginn sinn.

„Við erum næstum því komin, settu á þig öryggisbeltið. Hann bætti við.

Vélin fór í loftið og eðalvagninn beið eftir okkur á biðsvæðinu. Það var svalt og ekki kalt. Ég gekk um en hafði ekki hugmynd um staðsetningu ferðarinnar okkar. Í eðalvagnaferðinni og akstrinum hélt ég að við værum í borg sem væri ekki svo stór. Svo, allt í einu, birtist Effiel turninn í fjarska.

"Við erum í París, Frakklandi! Frakklandi! Ó. Guð minn góður. Mig hefur langað til að heimsækja þennan stað!" hrópaði ég og ljómaði á Jason. Jason gæti auðvitað brosað eins og hann hafi allt.

"Fínt að þér líkar það." Hann bætti við.

"Ég elska það!" hrópaði ég.

Ég var stoppaður af eyðslusamum veitingastað. Ég gat ekki lesið nafnið því það var franskt. Ég var ánægður með að hafa farið eftir því sem Jason ráðlagði mér að gera, því ef ég gerði það ekki myndi ég líklega birtast eins og asni á veitingastaðnum.

"Hvað er þetta?" spurði ég og horfði á Jason.

Hann hjálpaði mér að komast út úr bílnum "Þekktasta og besta veitingahúsið í öllu Frakklandi."

"Ég býst við," svaraði ég. Auðvitað myndi hann velja stað sem er mjög dýr og efstur af öllu.

Við gengum inn í herbergið og svalandi golan sló mig.

Ég andvarpaði þegar ég fór inn og allt sem ég gat ímyndað mér voru eftirréttir og eftirréttir og fleiri eftirréttir.

"Bíddu, erum við ekki að borða kvöldmat?" spurði ég og sneri aftur til hans.

"Sagði ég það?" Hann spurði. "Ég sagði að við værum að fara á mjög fínan stað."

Andlega merki ég „að heimsækja París, Frakkland" og borða aðeins eftirrétt í kvöldmatinn á listanum mínum yfir annað sem er á listanum mínum yfir hluti sem ég á að gera.

"Þetta er himnaríki!" Ég hugsaði þegar ég tók upp bollaköku og skellti henni svo í munninn á mér. Ég hló af gleði þegar súkkulaðið bráðnaði hægt og rólega á tunguna á mér. Ég er ástfanginn af þessu. Ég hrifsaði í mig crepe fyllt af súkkulaði með bönunum og jarðarberjum í toppinn. Ég tróð því upp í munninn á mér "Ég held að ég ætli að borða allt þegar ég fer."

"Það eru miklu fleiri en þarna." Jason benti á ysta enda herbergisins. Ég tók upp ostaköku og fékk mér stóran bita af henni.

"Það er gott!" hugsaði ég á meðan ég borðaði. Svo setti ég matinn frá mér, tók vanilluköku úr skápnum og setti stóran skammt upp í munninn. Ég andvarpaði af ánægju. Það var vissulega bestur allra staður til að fá sér eftirrétt. Ég náði í bita af brúnköku og stakk honum í munninn.

"Þetta er ljúffengasta brúnkaka sem ég hef borðað," !!!" hrópaði ég og benti á hana. Jason gekk til og greip stykkið. Jason gerði skemmtilegan andlit.

"Of sætt." Hann lýsti því yfir.

"Ertu þroskaheftur? Þetta er Sweet Heaven; það er bara sætt." svaraði ég og stakk ísbollu í munninn á mér.

Hann andvarpaði: "Ég er ekki einu sinni svangur samt."

Ég andvarpaði: "Þú munt bara missa af þessu fallega tækifæri til að borða það sæta sem þú vilt í kvöldmatinn." Ég setti sneið sem var sæt í munninn.

"Ég gæti komið hingað hvenær sem ég vil." sagði hann á meðan hann sötraði espressódrykkinn sinn.

Ég tróð súkkulaðimakrónu í munninn. Makrónur hafa alltaf verið í uppáhaldi hjá mér og þessi er sú ljúffengasta. Ég tróð vanillumakrónunni í munninn áður en ég borðaði aðra.

"Þetta er fyndið. Þú borðar eins og svín, en þú ert undirþyngd." Hann bætti við. Ég stakk stykki af súkkulaði croissant í munninn.

Ég brosti og sagði: "Ég veit ekki af hverju, þegar ég borða," ég staldraði við áður en ég stakk öðrum súkkulaðismjördeigi upp í munninn. Svo hélt ég áfram, "það fer í magann á mér og nokkrum sekúndum seinna er þetta allt farið." Ég beit í bláberjaböku.

Jason hnussaði.

"Þetta er eins og galdur." Ég sagði, á meðan ég borðaði ferskjubökuna fyrst og svo eplaköku seinna: "Þetta er eins og Guð forði mér fyrir að vera feitur, svo hann hjálpar mér aðeins."

Ég setti sneið af flón í munninn.

"Ó, þú verður feitur eftir þetta." sagði hann og kinkaði kolli í átt að sælgæti. Ég setti stykki af sætri frönsku rúllu inn í munninn á mér.

"Ég held ekki." Ég svaraði um leið og ég stakk ísgljáðum kleinuhring upp í munninn: "Hvað heldurðu að ég borði ekki svona mikið heima?"

Ég borðaði súkkulaðistykki þakið jarðarberjum. Jason var svolítið pirraður og ég hunsaði hann.

"Vá, þú gætir hægja á þér." Hann bætti við: "Þú ert að fara að kafna og þessi matur hverfur ekki." Sagði hann. Ég setti svampkökusneið í munninn.

Í orðatiltæki.

"Ég elska það svo mikið!" Ég sagði á meðan ég setti eclair úr súkkulaði í munninn "OMG! Þetta er svo gott!"

"Veldu einn síðasta mat," sagði Jason við mig þegar ég saug hlaupfylltan kleinuhring upp í munninn á mér.

"Hvað?! Hvað meinarðu?" spurði ég. Svo skellti ég súkkulaðiköku upp í munninn.

"Ég ætla ekki að bíða eftir þér." Hann bætti við.

"Hvað?! En þú sagðir að maturinn myndi ekki fara." Ég tók eftir og hellti í hindberjaeftirréttinn.

"En ég ætla ekki að bíða eftir að þú prófir hvern einasta mat; það mun taka eilífð og þú munt fá magaverk." sagði hann og ég henti annarri bollaköku upp í munninn á mér.

"Hvað?! Vinsamlegast, ekki ennþá, plís, Jason!" Ég muldraði um leið og ég kastaði eplamertu í munninn á mér.

"Flýttu þér, ég skal gefa þér tíu sekúndur í viðbót." Hann sagði mér. Ég flýtti mér að grípa súkkulaðibitakökuna til að taka hana. Ég náði í sykurbrauðsstöng og tók svo stóran bita. Þetta var veisla fyrir skynfærin og ég freistaði þess að borða hvern einasta bita sem hægt var.

„Jæja, tíminn er liðinn, við skulum fara. sagði hann og greip um úlnliðinn á mér.

"Jason, nei, ekki ennþá!" svaraði ég.

"Nei."

"Vinsamlegast, vinsamlegast, ég bið þig."

"En þú verður að fara á eftir." Hann bætti við.

„Jæja, fínt, ég vil bara grípa í eitt í viðbót áður en ég fer.“ sagði ég og gekk framhjá makrónunni. Ég tók upp makrónu með súkkulaðibragði. Súkkulaðimakrónur voru í uppáhaldi hjá mér. Ég var háður því. Ég snakkaði í makrónurnar mínar á meðan við vorum á leiðinni þangað til ég var búinn með allt.

Ég leit yfir á Jason, en hann var upptekinn við að senda skilaboð í farsímanum sínum. Gott, ég er búinn. Til að gera núna.

"Bíddu, lokaðu augunum." sagði hann og rauf þögnina.

"Af hverju?" Ég spurði.

"Ég vil gera eitthvað fyrir þig," sagði hann. Sagði honum.

"Fínt." svaraði ég. Ég lokaði augunum og fann blindu sem hékk yfir augunum.

"Manstu eftir ársbyrjun? Við gerðum það, nú verðum við bara að gera þetta aftur." Jason hvíslaði að mér. Ég var svolítið skjálfandi.

„Það eina sem þú þarft að gera er að treysta mér,“ sagði hann. "Þú treystir mér enn, ekki satt?" Ég brosti.

Bíllinn stöðvaðist.

"Góður." Sagði hann. Ég fann líkama hans fjarlægast mig þar til ég heyrði hurðirnar opnast. Hann tók varlega og hægt í höndina á mér og hjálpaði mér svo að komast út á bílastæðið.

„Hérna, farðu hægt," hvíslaði hann í eyrað á mér. Hárið á hálsi mínu hækkaði og hjartslátturinn hraðaði.

Ég geng hægt um leið og ég finn hendur Jason á bakinu á mér, leiðbeina mér.

"Jæja, hættu hérna." Hann sagði mér. Ég stöðvaði göngu mína. Ilmurinn af ilmvatninu hans í köldu loftinu. Ég brosti.

Það var greinilegt að hendur Jasons voru að taka blinduna af og leggja hana saman. "Láttu það vera nálægt."

Mig langaði að líta í kringum mig og líta í kringum mig til að sjá aðstæður; hins vegar gat ég það ekki. Ég var ekki tilbúinn til þess. Ég vildi að það kæmi mér á óvart. Hann vildi koma mér á óvart.

Mér fannst Jason setja kassa í hendurnar á mér.

"Allt í lagi, snúðu þér í þessa átt." sagði hann á meðan hann hélt um axlir mínar.

"Tilbúin viðbúin afstað." hvíslaði Jason. Ég var dálítið ráðvilltur yfir því sem hann hafði að segja þar til ég heyrði hljóðið af háum púpppp.

"Opnaðu augun."

Ég opnaði augun rétt í tæka tíð fyrir flugelda beint fyrir framan mig. Munnurinn minn hékk. Ég leit niður á hendurnar á mér og sá lítinn kassa. Ég reif hana upp og brosti eins og brjálæðingur þegar ég sá makrónu.

"Jason ..." sagði ég um leið og ég horfði til himins. Hjarta mitt stoppaði þegar ég áttaði mig á fjarlægðinni á milli hans og mín. Brjóstið á mér bólgnaði þegar hann horfði á mig með augunum. Maginn á mér var snúinn þegar höndin sem hann lagði á litla bakið mitt og andardrátturinn var fastur í hálsinum á mér þegar hann talaði.

Andardrátturinn hans var hlýr, það fékk mig til að skjálfa auk þess sem hárin á efri bakinu bólgnuðust upp.

Hann sat og hvíslaði að vörum mínum: "Til hamingju með daginn." Svo kyssti hann mig. Og með Eiffelturninn í bakgrunni er Jason glóandi og bjartur eins og sólin. Uppáhalds eftirrétturinn minn í mínum höndum. Með flugeldana springa í kringum mig í sömu tilfinningu og ég fæ þegar hann heldur á mér. Og ég og hann. Þetta var yndisleg stund. Þetta var fullkominn dagur minn.

~~

Ég vaknaði og velti því fyrir mér hvort þetta væri draumur. Ég roðnaði og hugsaði um það.

Ég gekk í rýmið og uppgötvaði að draumurinn sem mig dreymdi í gær var ekki blekking. Það var raunverulegt. Eins og raunverulegt, ósvikið, raunverulegt. Ég roðnaði enn meira þegar hjartað fór að slá. Höfuðið á mér fór að snúast.

Hver gæti verið ástæðan fyrir því? Það var bara fullkomið. . . Það var næstum eins og þetta væri draumur. . . Sú var raunin.

„Góðan daginn," sagði Jason og fékk mig til að hoppa.

"Ó, guð, þú þurftir ekki að gera það, þú -" Ég dró andann þegar ég sneri höfðinu. Hann var kominn aftur, með handklæðið bundið um mittið og hékk lágt, hárið blautt, auk þess sem kviðurinn var rennandi rennandi og blautur. Maginn minn sökk þegar ég setti höfuðsloppinn yfir.

"Föt. Farðu í föt." svaraði ég. Þakka Guði fyrir Drottin að hann getur ekki séð mig núna þar sem ég er rauðari

Jason hló þegar hann fór í fötin sín. Það voru nokkrar sekúndur af þögn á meðan ég hugsaði um rauðasta tómatinn á allri jörðinni. Rétt um tíma gærkvöldsins. Ég get samt ekki losnað við þá stund.

"Hvert viltu fara næst?" spurði Jason.

Ég setti hlífina á mig. Ég hristi höfuðið að honum.

"Ströndin aftur." Jason sagði: "Þér líkar vel þarna, ekki satt?"

Ég starði á hann með undrun.

"Hvað -? Hvernig veistu það?" Ég spurði.

"Klæddu þig, hittu mig í eðalvagninum." Sagði hann eftir að hann fór út úr herberginu. Ég hoppaði fljótt upp og klæddi mig til að fara í sjóferð.

"Svo ...? Ætlarðu að segja mér það?" Ég spurði hann þegar hann var loksins kominn í eðalvagninn.

„Ég vissi bara að það væri afmælið þitt ..." Jason þagði og horfði ekki á mig.

"Hvernig vissir þú uppáhalds litinn minn? Ég sagði þér það aldrei." Ég sagði honum. Hann starði út um gluggann og skildi líkama sinn frá mér.

"Jæja, ég hringdi í mömmu þína daginn áður en við fórum í fríið. Veistu, ég vissi að það væri afmælið þitt og ég vildi ekki, þú veist, bara fara með þér út að borða í 18 ára afmælið þitt, svo ég spurði hana hvað þú vildir gera.

Ég brosti. Hjarta mitt sökk eftir að hafa heyrt orð hans. Hvernig hann hringdi í mömmu og spurði hvað mér fyndist. Hvernig hann heillaði mig með svo mörgum mismunandi hlutum. Það hvernig hann hagar sér í augnablikinu gerir mig brjálaðan innra með mér.

Ég fann úlfinn minn hoppa um af gleði. Hún var ánægð að sjá maka sinn hjálpa mér að líða svona.

"Þú sagðir mér margt um þig sem ég vissi ekki. Hún sagði mér að uppáhalds liturinn þinn væri rauður og hvítur, að þú vildir alltaf fara til Frakklands í afmæli, að þú elskaðir að horfa á flugelda og sólsetur, ástríðu þína. fyrir að syngja uppáhaldslögin þín, hversu mikið þú elskaðir makrónur, borða eftirrétti, ganga á ströndum og hversu mikið þig langar til að ferðast á afmælisdaginn.

Hjarta mitt þrútnaði við að sjá allt. Allt um persónu hans. Hvert orð sem hann talar. Allt sem hann segir sem fékk mig til að finna þessa tilfinningu. Hvernig hann man hvert orð sem mamma sagði. Hvernig hann myndi ekki líta á mig vegna þess að hann var hræddur um hvað mér gæti fundist um hann. Hann klóraði sér innan í hálsinum, því það var svolítið kvíðið.

Mér var illt í maganum þegar ég horfði á hann og kinnarnar urðu heitar.

Úlfurinn minn var alveg brjálaður yfir öllu sem vinkona hennar var að gera.

"Umm, herra og frú Cohen, þið eruð á flugvellinum." Bílstjórinn svaraði og truflaði samtalið.

Takk

"Takk." Jason, eins vel og ég þegar við komum út úr farartækinu til að fara í einkaflugvélina.

Þotan fór fljótlega af stað og stefndi á guð má vita hvað. Ferðin var þögul lengst af og ég gat ekki greint hvað Jason hugsaði.

Hins vegar vildi ég virkilega að ég gæti gert það, sérstaklega eftir að hafa séð hvernig hann gat fundið mig svona fljótt.

Þögnin varði ekki lengi eftir að Jason truflaði þögnina.

"En sjáðu ... ef þér líkaði þetta ekki. Fyrirgefðu. Ég hef aldrei gert neinum þetta áður. Enginn. Ekki einu sinni fjölskyldan mín svo þessi reynsla er ný fyrir mér. En ég vonaði svo sannarlega að þér líkaði þetta , vegna þess að þú ert að verða 18 ára og ég vil virkilega gera það sérstakt fyrir þig ." Hann horfði á mig en hristi höfuðið.

Ég brosti og sagði: "Nei, mér líkaði þetta mjög vel. Þetta var sérstakur dagur ... þú gerðir hann sérstakan fyrir mig. Þakka þér - ég er ekki einu sinni viss um hvort þú veist hversu mikið ég vil þakka þér, en ég Ég veit ekki hvernig ég á að tjá það.

Hann brosti.

Ég vafði handleggjunum utan um mig og faðmaði hann þétt að sér.

„Þakka þér kærlega fyrir, Jason," hvíslaði ég að honum í skítugu ljósa hárinu hans.

Brjóst Jasons skrölti þegar hann hló. "Verði þér að góðu."

Hann setti mig nálægt sér þegar hann lagði höfuðið í hárið á mér. Ég roðnaði aðeins við tilhugsunina um það.

Jason gat haldið hlátri sínum í burtu.

Ég sneri mér að honum og sagði: "Gætirðu hætt að hlusta á hugsanir mínar."

Hann hló einu sinni enn, "Þetta er bara mjög freistandi."

"Ég sver!" Ég sagði.

"Shhh! Morgunmaturinn er að koma. Uppáhaldið þitt: hrærð egg með tómatsósu og tvær pönnukökur með hlynsírópi á hliðinni." Hann bætti við.

Með því að heyra orðið „morgunmatur" hægði ég á mér.

Flugfreyjurnar gáfu okkur morgunmatinn. Ég vonaði að við myndum njóta morgunverðarins, sem ég gerði að sjálfsögðu.

Þakka þér, Jason. . . Fyrir allt

Þó ég sé meðvituð um að maðurinn gæti ekki talað aftur við mig, nema við værum félagar eða það er fullt tunglskvöld, þá er ég viss um að hann hlustaði á mig.

Hann beindi athygli sinni að mér og ég sá að hlið munnsins var lyft aðeins upp.

Vélin lenti og við lögðum af stað. Við röltum meðfram ströndum Brasilíu.

"Viltu fara að snorkla?" spurði Jason og horfði á mig augunum. Þessi augu voru ótrúlega græn. Það var töfrandi grænn litur.

"Snorkla?" spurði ég.

"Já." Hann brosti.

"Jú."

"Koma." Hann sagði, farðu með mig í snorklbúð.

Við fórum í búðina og fannst hún mjög troðfull.

"Vá, mikið af fólki." hugsaði ég með mér.

Jason gat gripið allan snorklbúnaðinn og endurgreiddur fyrir snorklið. Það var einfaldast fyrir hann að gera eins og Jason vissi allt í heilanum á honum hverju sinni.

"Þú veist hvernig á að synda í mjög djúpu vatni, ekki satt?" spurði hann. Ég horfði á augu hans. Ég var ekki viss um hvort ég gæti séð áhyggjusvip, tómleika eða eitthvað annað.

"Ó! NEI! Ég get það ekki. Ég get ekki einu sinni synt feta djúpt." sagði ég hlæjandi.

"Þá viltu flotið þitt? Eða öryggisbelti?" sagði hann áður en hann rétti mér snorklgírinn sinn.

„Ó já, ég gæti jafnvel líkað við lífvörð við hliðina á mér og öllum bátunum mínum," svaraði ég og brosti.

Hann leit á úrið sitt þegar hann gekk á undan mér. — Kemurðu, já eða nei?

"Ég er rétt fyrir aftan þig!" Ég sagði honum. Hann svaraði ekki og fór þess í stað á brún halla.

Ég gat ekki staðist að horfa á bert bakið á honum. Aftan á líkama hans truflaði líka. Hvernig vöðvarnir hans hreyfðust eins og að hreyfa handleggina í litlu magni og hvernig vöðvarnir hans eru spenntir þegar hann klifrar yfir lítið grjót.

Ég ýtti Jason næstum yfir bjargbrúnina þegar hann hætti að labba vegna þess að hugsanir mínar trufluðu mig.

"Voru hér?" spurði ég.

"Nei, við erum ekki hér. Ég vil bara stoppa hér því hér er ísbás." sagði hann í kaldhæðnum tón.

"En því miður er enginn ísbás hér." Ég brosti og sagði: "Og ég hélt að þú borðir ekki dót af götunum."

„Allt í lagi, svo til að byrja að snorkla verðum við að hoppa niður og þú verður bara að fylgja mér þegar þú hoppar niður," sagði Jason og söng um efnið.

"Bíddu, erum við að hoppa fram af kletti?" Ég spurði. "Það er um það bil 1.000 fet frá jörðu. Djöfull nei!"

"En þú vilt snorkla." Hann bætti við.

"Verst að þú sagðir mér aldrei að við yrðum að hoppa af fjalli. Nei takk, ég er farinn." lýsti ég því yfir og tók stórt skref til baka.

"Ég hélt þú vissir hvernig á að snorkla." Hann sagði honum það.

„Ég sagði sund," sagði ég og krosslagði hendurnar.

"Æ, þú ert ekkert skemmtilegur." sagði hann og brosti. Hann var að brosa, en þetta kom mér virkilega í opna skjöldu.

Ég er skemmtilegur! Ég er! Ég velti því fyrir mér.

Þú ættir að láta hann vita hvað þú getur skemmt þér sem úlfur; Layla var hún var snjöll.

Og ég skal!

"NEI! Ég er skemmtilegur! Ég er skemmtilegur!" svaraði ég.

"Júpp." Sagði hann á meðan hann smellti "p".

"Þegiðu, og ég skal sanna það!" Ég sagði honum það strax.

"Sjáið, en ég fer inn fyrstur og þú verður að hoppa strax á eftir." Hann bætti við.

"Samningur!" sagði ég án þess að hika. Það var hins vegar ekki fyrr en Jason kafaði ofan í laugina sem ég áttaði mig á því að ég er í ruglinu.

Takk. Ég svaraði á flatan hátt.

Hvenær sem er!

Ekki taka því á réttan hátt. Það er ekkert jákvætt að finna í því!

Í höfðinu á mér heyrði ég Laylu hlæja.

"Ertu að koma?" sagði Jason við jörðina fyrir neðan.

"Er allt í lagi með þig, ekki satt? Enn í heilu lagi?" spurði ég.

"Nei! Ég held að ég hafi brotið öll bein mín!" Hann öskraði til baka.

Ég var brosandi, "Ég tek til baka allt sem ég hef beðið um."

"Ætlarðu að hoppa? Þú tekur svo langan tíma," öskraði hann.

"Ég veit ekki." hugsaði ég stressaður.

"Ég skal ná þér, vinsamlegast." Hann brosti til mín.

"Ég efast um það!" svaraði ég.

"Stökktu bara, komdu!!" Hann lýsti því yfir.

"Fínt!" Ég svaraði um leið og ég setti hægt og rólega gleraugun á mig og stillti svo andlitið á mér þannig að það myndi líða betur.

"Tilbúin?"

"Alls ekki!" svaraði ég.

Hann var að bíða.

Ég dró djúpt andann, lokaði svo augunum þegar ég stökk fram af steininum.

Ég sver það að á því augnabliki var ég við það að deyja. Þetta var ógnvekjandi augnablik lífs míns. Ég varð að hrópa.

"Ahhhh - Skvetta!!"

Ég skvettist í átt að yfirborðinu og kafnaði á yfirborði vatnsins. Ó, saltvatnið! Þessi fugl hlýtur að hafa verið vakinn hér.

"Þetta var gaman, ekki satt?" spurði Jason og hló.

"Já, alveg gaman!" Ég sagði honum það, og eftir að hafa veitt honum verðlaun, brosti ég honum risastórt, feitt, falskt þumalfingursbros.

"Jæja, ertu tilbúinn að fara að snorkla?"

"Já," sagði ég.

Leikarinn setti upp hlífðargleraugu og munnstykkið "Komdu!"

Ég grét þegar ég henti dótinu mínu ofan í mig.

Við fórum neðansjávar og mér var haldið í hendinni.

Ég freistaði þess að brosa, en ég vildi ekki að það kæmi vatn í munninn á mér, því það næsta sem þú veist mun ég kafna í vatninu. Ég þjappaði saman varirnar og reyndi að halda áfram að synda þrátt fyrir náladofa sem stafaði frá höndum mínum.

Ég fann tog í hendinni á mér. Ég var að horfa á Jason.

Ég sé hvernig hann benti fyrir neðan okkur.

Ég leit í kringum mig. Ég reyndi að draga ekki andann á vettvangi. Það eru fiskar af mismunandi litum út um allt. Rauður, gulur, blár, svartur, appelsínugulur. . . allt. Og kóralrif, sem hafa einstök lögun. Útsýnið var töfrandi; allt var töfrandi.

Við héldum áfram að vinna þar til ég varð þreytt.

Við fljótum upp þar til við komumst að hafsbotni.

"Ertu þreyttur?" hann spurði.

"Já," rödd mín varð svolítið skjálfandi vegna þess að ég talaði ekki svo lengi.

"Viltu fá kvöldmat?" Hann spurði.

Ég kinkaði kolli og við fórum aftur að landi. Í landi var mikill mannfjöldi.

"Hvað er í gangi?" spurði ég og leit í kringum mig. Hann andvarpaði.

Við fórum í gegnum mannfjöldann og gátum séð hvað var að gerast.

"Er þetta Ryan Carson?" Ég öskraði og hvíslaði því að Jason án þess að beina athyglinni frá Jason.

"WHO?" spurði Jason.

"Ryan Carson! Söngvarinn! Uppáhaldssöngvarinn minn!" sagði ég og brosti eins og brjálæðingur. "Ertu búinn að setja þetta upp?"

Augu mín stækkuðu þegar hjartað sló hraðar. Ryan Carson! Uppáhalds söngkonan mín!

Ég vafði örmum mínum í áttina að Jason, "Takk! Takk! Takk kærlega! Ó Guð minn góður, þetta er besta afmælisgjöf ever!"

Mig hefur alltaf langað til að vera á Ryan Carson-tónleikum og ég er hissa að þetta sé í fyrsta skipti sem hann nýtur strandtónleika!

GUÐ MINN GÓÐUR !!!!!

"Ummm, já, vissulega ... þú ert velkominn ...." Jason var á eftir þegar Ryan var hættur að syngja.

"Hvernig var það, dömur?" Hann talaði í hljóðnemann með breskum hreim sínum. Hjarta mitt var að bráðna að innan. Ég söng með öllum.

"Allt í lagi Svo ég er nýbúinn að semja glænýtt lag, og það heitir "My Only". Til að taka upp þetta lag þyrfti ég aðstoðarmann. Þetta er síðasta lag dagsins." Hann bætti við brosandi þegar hann horfði á hendur allra hoppa upp.

Ég hreyfði hendurnar og krosslagði fingurna.

Mig langar að verða sjálfboðaliði hans! Ég var að hugsa um það með spenningi.

Hann yfirgaf sviðið til að velja konuna sína og furðulegt að maðurinn stoppaði rétt á undan mér. Augu mín stækkuðu.

"Viltu vera sjálfboðaliði minn?" Hann spurði mig á meðan hann stóð í andlitinu á mér. Ég var að fara að sofa þegar rödd mín virtist dofna þegar ég svaraði „Já" með mjúku „jái". Ég vonaði að ég myndi ekki hljóma undarlega.

Hann hélt í höndina á mér og leiddi mig á sviðið.

Ég beindi athyglinni aftur að Jason. Ég verð að þakka honum mikið. En þegar ég horfi á hann sé ég að eitthvað er að.

Ég sat á pallinum og skoðaði mannfjöldann á vettvangi. Ég sá Jason sem brosti og brosti til hans. Ég vildi að Jason væri viss um að allar áætlanir um að gera gangi vel.

"Hvað heitir þú?" spurði hann og starði á mig. Augun hans voru grá.

"Vanessa," sagði ég.

"Þú ert falleg." sagði Ryan í hljóðnemanum og ég roðnaði af reiði. Ég myndi elska að roðna ekki.

"Þakka þér fyrir." Ég brosti feimnislega.

"Ertu tilbúinn að heyra það?" Hann varpaði fram spurningunni á meðan hann stóð beint í andlitinu á mér. Hann var svo nálægt mér að ég gat fallið í yfirlið. Það var eins og að finna lyktina af ilmvatninu hans.

„Já," svaraði ég og roðnaði meira. Hann brosti til mín og svo byrjaði tónlistin. Áhorfendur trylltust þegar hann söng með sínum breska hreim. Hjarta mitt þrútnaði af spenningi þegar hann setti einn hárstrenginn sinn fyrir aftan eyrað á mér.

"Þú verður alltaf minn eini. Minn eini." Hann söng lágt undir lokin áður en hann hallaði sér að félaga sínum og kyssti.

Ég var ekki viss um hvað mér fannst. Það var áfall fyrir mig þar sem þetta var algjörlega óvænt. Það gerði mig líka hamingjusama og hamingjusama á sama tíma. Ég fékk meira að segja koss með Ryan. Ryan Carson, söngvarinn heittlingurinn, einn sem var útnefndur „eftirsóttasta stjarnan hingað til" af meirihluta kvenna, samkvæmt tímaritinu. Hins vegar var Jason sem beið innan um innrásina. . . Hann skipulagði viðburðinn. Hann skipulagði þetta fyrir mig. Kannski var það ég. Kannski var ég sá sem var leiður.

Fólkið öskraði af gleði.

Hann fór með bros á vör. Ég reyndi að brosa til baka.

Mannfjöldinn trylltist. Mig langaði að hitta Jason til að sjá hvort hann væri í lagi með það, en ég var ekki. Hvað ef ég rekst á eitthvað sem mér líkaði ekki?

Ryan fór af sviðinu en sneri aftur með blómvönd á öxlunum. Hann gaf mér það.

„Þakka þér fyrir," sagði ég og óskaði þess að rödd mín myndi ekki hristast.

"Verði þér að góðu." Hann brosti og horfði á mig.

Ryan sneri aftur í áttina að mannfjöldanum og veifaði þeim hendinni: "Eigið góðan dag, allir saman!"

Hann leiddi mig af sviðinu og veifaði til mín þegar ég gekk í átt að Jason. Jason var þegar á undan mér. Ég var að hlaupa til að ná í hann.

Ég var ekki viss um hvað ég ætti að segja þegar ég horfði á andlit hans. Hann leit út fyrir að vera í uppnámi. Hann var reiður. Hann var reiður út í mig eins og ég sé. Ég er ekki einu sinni viss um ástæðuna fyrir því að hann var svona í uppnámi. Þegar ég hugsaði um það varð ég reiður út í hann.

Ég hafði ekki áhuga á að tala við hann. Ef hann ætlar bara að verða reiður út í mig og vill ekki einu sinni segja mér frá því, þá gott fyrir hann. Mér er alveg sama. Hver er tilgangurinn með því að hafa áhyggjur af einhverju sem hann myndi aldrei segja? Hann er alltaf svona og í þetta skiptið mun ég ekki geta fundið út ástæðuna fyrir því að hann er pirraður út í mig. Ef líklegt er að hann verði í uppnámi ætla ég að leyfa honum að vera reiður.

Ég steig inn í bílinn og var alveg sama hvort hann hefði önnur ráð; þó yrði hann að hætta ferðinni.

Ég fór í kjól sem ég fann í bílnum mínum.

"Á hótelið, vinsamlegast." Ég svaraði eins og Jason hafði sagt: "Matarstaðurinn." Bílstjórinn stóð kyrr, hann vissi ekki hvert hann átti að fara með hann. Handleggir mínir voru krosslagðir.

„Hótel," sagði ég á meðan ég horfði á Jason.

„Nei, til matarstaðarins, Frank," svaraði Jason með því að hylja augun fyrir augunum á mér.

"Hótel, núna!"

"Þú ert á barmi þess að missa vinnuna þína, Frank." Jason lýsti því yfir að rödd hans væri flott.

"Frank, farðu á hótelið núna!" öskraði ég reiðilega.

"Þú ert rekinn, Frank, opinberlega."

"Þú ert ráðinn!" svaraði ég.

"Af hverjum?" sagði Jason og settist fram.

"Af mér." Ég talaði hvert orð skýrt.'

"Og hann er rekinn af mér."

"Ég spurði aldrei hver sagði honum upp, og mér er alveg sama. Það eina sem mér er sama um er að hann sé ráðinn og hann er mér til þjónustu og hann mun uppfylla allt sem ég þarf, svo hann ætlar að keyra mig til hótel núna." Ég sagði.

"Frank, ef þú hlustar, þá verða skuldir þínar enn hærri."

Ég mun borga allt ef þú hlustar.

Hús þitt og allar eigur þínar munu verða mín eign.

Ertu að kúga einhvern? sagði ég og lyfti augabrúninni. Veistu, Frank, þú ættir ekki að hlusta á snobbað og illt fólk.

Frank, fylgdu leiðbeiningunum mínum strax! Jason talaði, en í þetta skiptið virtist hann ekki rólegur. Hann var ákaflega reiður.

Þú getur sagt: "Frank, mér þykir leitt að þú sért í öllu. Ef þú vilt geturðu flutt á staðinn þar sem fólkið sem situr við hliðina á mér stingur upp á, eða þú getur komið til mín." Ég sagði.

Veistu hvað, farðu bara á hótelið fyrst. Jason sagði: „Ég er þreyttur," og hallaði sér aftur í stólinn.

Við sátum þögul þegar bíllinn byrjaði. Að þessu sinni mun ég ekki biðjast afsökunar. Ég tala ekki við hann fyrst. Þetta er fínt hjá mér.

Þegar við keyrðum á hótelið fór að rigna.

Frábært!

Eftir stutta stund stoppaði bíllinn og ég opnaði hurðina til að komast sem fyrst út. Ég notaði veskið mitt sem skjöld til að halda hausnum þurrum.

"Vanessa!" Jason hringdi og ég heyrði hurðina skellt.

Ég stundi þegar ég gekk eins hratt og hægt var að hótelinu.

"Ekki tala við mig!" "Ekki tala við mig!"

Ég vissi að ég hefði átt að segja Frank að hann þyrfti að stoppa fyrir framan hótelið.

Geturðu hætt? Jason greip um úlnliðinn á mér.

Ég kippti hendinni frá mér.

Hvað viltu?" spurði ég og leit ekki á hann, því ég get það ekki.

Rigningin hélt áfram að rigna þrátt fyrir þögnina.

"Skiptir engu." Sagði hann.

Hvað er það? "Af hverju læturðu alltaf svona? Af hverju segirðu það ekki? Þú ert að leyfa mér að liggja í bleyti viljandi, er það ekki? Veistu hvað? "Mér er alveg sama hvað þér finnst.

Áður en ég sneri mér við rúllaði ég augnlokunum.

Hann vafði handleggjunum um líkama minn. Brjósthiti hans barst inn í fötin mín og umvefði mig. Þegar handleggur hans snerti handleggina mína, skalf ég. Hann gróf andlit sitt í hnakkanum á mér.

"Fyrirgefðu." Sagði hann. Ég fann að hálsinn á mér titraði með heitum andardrættinum hans.

Ég gat ekki talað, andað eða hreyft mig.

Allt tónleikaatriðið." „Allt tónleikadótið," hvíslaði hann í eyrað á mér, þrýsti mig enn fastar í fangið á sér.

"Kossurinn var ekki hluti af því." Söngurinn var ekki hluti af því. . . Tónleikarnir voru ekki hluti af viðburðinum. . . " hvíslaði hann.

Ég stóð þarna, óviss um næsta skref. Jason var það eina sem yljaði lífi mínu þar sem ég stóð þarna í grenjandi rigningu og kulda.

"Hættum að berjast." Hann hvíslaði að mér í eyrað á mér og dró mig svo í burtu svo hann gæti kysst mig á vörina.

~~

Komdu, það er síðasti frídagur. sagði Jason eftir að við borðuðum morgunmat.

"Kemur! Kemur!" "Kem!" Ég öskraði, flýtti mér að ná Jason og setti hárið mitt í háan hestahala.

Ég hoppaði í þyrlu með honum.

„Úff. „Þurfum við að vakna svona snemma?" „spurði ég.

Hættu að kvarta og klæðist þessu," sagði hann.

Ég stundi um leið og ég setti heyrnartólin á.

Það verður hávært þarna uppi, svo við þurfum að vera með heyrnartól til að hafa samskipti. Rödd Jasons kemur í gegnum heyrnartólin mín.

Ertu tilbúinn að leggja af stað? Flugmaðurinn spurði spurningarinnar í gegnum heyrnartól.

Ég spennti öryggisbeltið og gaf henni þumalfingur upp.

"ALLT Í LAGI ALLT Í LAGI! Sagði hún brosandi og hóf þyrluna.

"Eign Cohens?" Ég leit á Jason og spurði.

Jason sagði: "Já. Eyja sem við eigum." sagði Jason.

"EYJA?!" "Ert þú eyjan þín?"

"Jæja, þetta er ekki mitt." Hann sagði það og horfði á mig, hvað svo? Þetta er bara eyja. Það eiga líklega allir einn.

Ég sagði: "Þetta er æðislegt." „Þetta er svo flott," sagði ég og starði út um gluggann. Það er bara ekki svo flott. Þetta er asnaleg gömul eyja, ekki sérstök nema fyrir einn lítinn hluta," sagði hann og sló í gegn.

„Alls ekki flott? „Ég myndi elska að eiga eyju!" Hver er þessi sérstakur staður? Jason horfði á mig þegar ég spurði.

Hann svaraði ekki.

"Halló? Virka heyrnartólin þín ekki rétt? Halló?" "Halló?"

Ég sá varir hans dragast upp.

„Segðu mér! „Segðu mér!" „Segðu mér!" sagði ég, færði mig við hlið Jasons og togaði í handleggina á honum.

Þú munt sjá. Ég get ekki sagt þér það. Sagði hann.

"Auðvitað getur þú það! Þú getur valið að gera það ekki. Vinsamlegast segðu mér. "Ég gæti ómögulega beðið um meira fyrir restina af deginum! "sagði ég.

"Nei." Sagði hann.

Ég vil ekki missa af því. „Ég vil ekki missa af því," sagði ég.

Þú myndir ekki vilja missa af því. Það er stórt. Það er stórt. Hann benti á hlið gluggans hjá mér.

Ég brosti: "Ertu viss?"

Hann kinkaði kolli.

Ég horfði ákaft út um gluggann, en það eina sem ég sá var ský.

Ja hérna! Ja hérna! hugsaði ég hreint út.

„Bara fullt af skýjum," sagði ég.

Bíddu bara í nokkrar mínútur." sagði hann og brosti til mín.

Ég brosti á móti.

Ég var að leita út um gluggann eftir því sem hann sagði mér að finna og ég fann það.

Eyjan var lítil.

'Ó vá, stóri! Komdu yfir það. Þetta er bara eyja. Þú gætir haldið það, en eyjan var ekki venjuleg. Það var hjartalaga.

Jason kom til mín, faðmaði mig og hvíldi höku sína á axlunum á mér.

Þetta er fallegt. "Ég sagði.

„Já, þetta er þar sem ég myndi vilja sýna þessa sérstöku manneskju sem ég er innilega ástfanginn af," sagði hann við mig.

Ég sneri andlitinu að honum. Mér var sama þótt ég roðnaði eins og brjálæðingur því ég vildi bara sjá heiðarleikann í augum hans. Það var augljóst.

"Í alvöru?" spurði ég, rödd mín hljómaði veik.

Hann brosti.

Hefurðu aldrei sýnt annarri stelpu þetta áður? spurði ég rólega.

"Nei aldrei." Sagði hann.

Ég brosti.

"Vanessa, elskarðu mig? Eins mikið?" spurði hann án þess að horfa á mig. Hann gæti hafa verið að reyna að fela roðann eða ekki viljað sjá hvernig ég leit út. . .

Ég brosti og sagði: "Já, þú ert ástin mín." Ég elska þig svo mikið.

Elskarðu mig að því marki að þú giftist mér?

"Ég geri það. "Ég geri það." Ég elska þig nóg til að giftast. Ég elska þig eins mikið og alla aðra á þessari plánetu. "Ég elska þig svo innilega að ég get ekki ímyndað mér líf mitt án þín eða jafnvel einn dag án þín. Ég sagði.

Hann opnaði litla rauða flauelshúðuðu kassann sem hann hafði dregið upp úr vasa sínum. "Viltu giftast mér?"

Ég lagði handlegginn um hálsinn á honum og hallaði mér inn.

Ég held að þú vitir nú þegar svarið. "Ég mun." „Ég skal," svaraði ég og kyssti elskhuga minn ástríðufullur.

Ég man ekki eða finn fyrir neinum öðrum tíma í lífi mínu sem ég var svona hamingjusöm. Það er blessun að vera með manni sem ég elska.

Fyrsti koss ársins

~~

Ég fór út úr eðalvagninum, faðmaði magann minn til að halda á mér hita. Þetta var þunnur jakki.

"Jason!" "Mér er kalt!" Ég sagði.

Ég vissi það. Ég vissi að ég hefði átt að segja Sunny frá þessari „úlpu" sem heldur mér ekki hita. Af hverju hef ég ekki hugrekki til að segja Sunny það? Ég var að verða reið út í sjálfa mig.

Þú getur sagt henni að úlfur Jasons sé tengdur huga þínum.

Vertu bara þolinmóður við mig," sagði hann og hélt í höndina á mér. Hann togaði í mig, með öryggisverðina í kringum okkur til verndar. Það eina sem hélt á mér hita var höndin hans.

Erum við að nálgast? Ég spurði.

"Já. Bara... Þú veist að við erum nálægt." Sagði hann.

Hann dró mig inn á hótel. Við erum allavega inni.

Hann dró upp lyklana þegar við gengum inn í lyftuna. Hann stakk lyklinum í gatið og hurðin lokaðist.

Hvað erum við að gera? "Hvað erum við að gera?" spurði ég þegar mér fannst lyftan byrja að hreyfast.

„Bara að taka lyftuna". sagði hann og brosti.

"Til hvers?" "Til hvers?"

"Fyrir eitthvað." „Fyrir eitthvað," sagði hann og kyssti varirnar mínar snöggt.

Segðu mér núna. Ég sagði.

Ding. Lyftan stöðvaðist og hurðin var opnuð.

Vá, þetta er flott. „Ég sagði," sagði ég.

"Hér." Jason rétti mér heitt súkkulaðibolla. Þetta var næstum eins og galdur. Hvað sem hann vildi, það var til staðar fyrir hann.

"Takk." „Takk," svaraði ég og hélt á bollanum. Það var gómsætt.

Komdu, annars missum við af. sagði Jason.

Hvað finnst þér -?

Kalt loft streymdi inn og maður heyrði öskrin, öskur, söng o.s.frv., frá öllum fyrir neðan í hópnum. Við vorum fyrir framan áramótaballið.

Hver verður fyrsti kossinn þinn á nýju ári? Ræðumennirnir á Times Square tóku að tala. Kúlan kviknaði samstundis í sínum skærasta lit og fór að detta.

"30!" "30!"

Þetta er ótrúlegt! "Þetta er ótrúlegt!" hrópaði ég.

"29! 28! 27!"

"Ég er ánægður að þér líkar það." Jason brosti og horfði í augun á mér.

"26! 25! 24! 23!"

Þakka þér kærlega fyrir! "Þakka þér kærlega!" Ég sagði honum það á meðan ég var að drekka heita súkkulaðið mitt.

"22! 21! 20! 19! 18! 17!"

"... Bíddu!" Jason sagði mér það. Ég horfði á hann, dálítið ringlaður.

"Já - ?"

Svo kyssti hann varirnar á mér. Ég gat smakkað heitt súkkulaði hans á vörum hans og hlýja andardráttinn. Ég brosti.

"16! 15! 14! 13! 12! 11!"

Ég dró kragann hans aftur og brosti til hans til að kyssa hann enn og aftur.

"10! 9! 8! 7! 6! 5!"

Jason sagði: "Mig langar til að vera síðasta kossinn þinn á þessu ári." sagði Jason. Ég gat ekki séð hvort hann roðnaði í daufri birtu, en hann horfði beint í augun á mér.

"4! 3! 2! 1!!!!!!!!!" Allir kysstu okkur að neðan, en við halluðum okkur bæði inn og kysstumst á „1" í þetta skiptið.

Ég sneri mér undan. „Ég vil vera fyrsti kossinn sem þú færð á þessu ári," brosti ég. Ég sé brosið í augum hans.

„Gleðilegt nýtt ár elskan," hvíslaði hann um leið og ég hvíldi ennið á höku hans.

"Gleðilegt nýtt ár". Hvað á ég að kalla það? "Hvað á ég að kalla þig?" spurði ég og leit upp til hans.

Hann hló. "Mér er alveg sama."
"Ég veit! JJ!" JJ!"
Hann hló einu sinni enn áður en hann kyssti mig aftur.

_____

Ahhhh! Það var gott! Allt í lagi, leyfðu mér að segja þetta: Ég er ekki viss um hvort ég ætti að létta (frá því að klára leiðinlegu bókina) eða vera í uppnámi vegna þess að þessi bók er ÓTRÚLEG. . . . En ég er að klára að skrifa þessa bók !!!! :)
Það er kominn tími til að skilja eftir athugasemd þína eða kjósa hana. Eigðu gott líf og bless. Ekki gleyma að skoða hinar bækurnar mínar.


ENDIRINN

Milton Keynes UK
Ingram Content Group UK Ltd.
UKHW050642240424
441619UK00012B/562